धुमारे

माधवी देसाई

AA000948

मेहता पब्लिशिंग हाऊस

- *या पुस्तकातील लेखकाची मते, घटना, वर्णने ही त्या लेखकाची असून त्याच्याशी प्रकाशक सहमत असतीलच असे नाही.*

DHUMARE by MADHAVI DESAI

धुमारे : माधवी देसाई / ललित लेख

© सुरक्षित

मराठी पुस्तक प्रकाशनाचे हक्क, मेहता पब्लिशिंग हाऊस, पुणे.

प्रकाशक : सुनील अनिल मेहता, मेहता पब्लिशिंग हाऊस,
१९४१, सदाशिव पेठ, माडीवाले कॉलनी, पुणे – ४११०३०.

मुखपृष्ठ : चंद्रमोहन कुलकर्णी

रेखाचित्रे : बुवा शेटे

प्रकाशनकाल : मार्च, १९९५ / फेब्रुवारी, २००२ / मे, २०१५ /
पुनर्मुद्रण : ऑक्टोबर, २०१७

P Book ISBN 9788177662733
E Book ISBN 9788184987317
E Books available on : play.google.com/store/books
m.dailyhunt.in/Ebooks/marathi
www.amazon.in

कै. श्रीमती नबूबाई विश्वनाथ काटकर
व
कै. श्री. नरेंद्र अनंत काटकर
यांच्या स्मृतीस-
ज्यांच्यामुळे या गोमंतकभूमीशी
माझं नातं जडलं;
आणि
जगणं सुकर झालं.

मनोगत

'धुमारे' या नावाने गोमंतक भूमीवर लिहिलेले पंधरा लेख आज संग्रहाच्या रूपाने प्रकाशित होत आहेत. जवळजवळ तीस वर्षांनी १९९० मध्ये मी बांदोडा या आमच्या गावी परतले. घर होतंच; फक्त बरीचशी डागडुजी करावी लागली. गोव्याची घरे ऐसपैस; अंगण- परसदार व संस्कार जपणारी, अशीच!

मधे तीस वर्षे येऊन गेली. बरेचसे पाणी पुलाखालून वाहून गेले आहे. इथे थोडे स्थिरस्थावर झाले आणि नजर आजूबाजूच्या परिसराकडे वळली.

निसर्गाचे समृद्ध भांडार आपले वैभव पसरून खुले होऊन उभे होते. माडांच्या झावळ्या चवऱ्या ढाळत होत्या. शेजारचा पिंपळ 'सोयरा' बनला होता. त्याची पानगळ, उघडे, ओके रूप... नव्या पालवीने पुन्हा खुलणारे त्याचे रूप, त्याच्यावर पोसणारी बांडगुळे, दोन वर्षांतच फुलांनी निथळणारा प्राजक्त, कोपऱ्यात फुलणारी रातराणी, सुंदर फुलांच्या घोसांनी लगडलेली मधुमालती, भगवे तुरे मिरवणारा शंकासुर... अन् पोटुशी, लेकुरवाळी केळ हे सारे माझ्या सुन्या अंगणाला फुटलेले 'धुमारे' होते. त्या सर्वांनीच त्यांच्या पानांनी विंझणवारा घालून घालून, मनाच्या साऱ्या जखमा भरून काढलेल्या होत्या.

निसर्ग तोच होता- जो मी तीस वर्षांपूर्वी पाहिला होता. हवेला झाडीचा गंधही तोच आणि तीच चिरपरिचित शांतता आजही होती. ते कसे बदलणार? तर बदलले होते मी! सोळाव्या वर्षीचे अपरिपक्व मन व आजचे साठीच्या घरामधले सुजाण

झालेले व्यक्तिमत्त्व. हे 'धुमारे' इथल्या निसर्गाने दिले. अनुभवांनी आलेल्या नव्या दृष्टीने दिले, तसेच प्रौढवयानेही हे 'धुमारे' नव्या जाणिवेने अनुभवले.

आज गोवा हे स्वतंत्र घटकराज्य आहे. इथला समाज वेगवेगळ्या ढंगाने फुलला आहे. जीवनाला एक गती आली आहे. साहित्य, संगीत, नाट्य या सर्वांचा बहर आला आहे. स्वातंत्र्यानंतर समाजाला फुटलेले 'धुमारे' मी अनुभवते आहे. त्यातूनच पायलट, फुलराणी, हिरो, मनमोकळी ही व्यक्तिचित्रणे उमटली.

इथले 'कोपेल, तळी देवचार, सोयरा' हे होते तसेच आहेत. पण त्यांना पाहताना येणारी अनुभूती मात्र वेगळी आहे. इथल्या शांत जीवनावर त्यांचा वेगळा ठसा उमटलेला आहे.

मी आणि ही गोमंतक भूमी! मधली तीस वर्षे जरी दूर अंतरावर होतो, तरी दुरावा मात्र नव्हता. मी इथे पुन:पुन्हा येतच राहिले. आणि या मातीशी जुळलेले नाते अधिकच दृढ होत राहिले. ते इतके दृढ आहे की, जीवनाच्या अंतिम टप्प्यातल्या विसाव्यासाठी, शेवटी मी इथेच आले. कुणीतरी खेचून आणावे, अशी!

त्यामधून हे लेखनातून व्यक्त झालेले 'धुमारे' आज लेखसंग्रहाद्वारे, मेहता पब्लिशिंग हाऊसतर्फे प्रकाशित होत आहेत. त्यांची मी आभारी आहे.

मनोमन कृतज्ञता व्यक्त करायची, तर बांदोडा गावची प्रेमळ माणसे, वाडवडिलांची ही जीर्ण व पवित्र वास्तू व इथला सुंदर निसर्ग! त्यांच्यामुळेच हे लेखन होऊ शकले. जिच्या परिसरातच मी राहतेय, ती देवी महालक्ष्मी! तिच्या अस्तित्वाची जाणीव पदोपदी झाली आणि स्वस्थचित्त मनाने लेखन करू शकले.

– माधवी देसाई

अनुक्रमणिका

तृप्ता ▮

तशी आपल्या जीवनात आता ती खूपच स्वस्थचित्त आहे. जी शांत तृप्त अवस्था ती अनुभवते आहे तशी यापूर्वी तिने कधीही अनुभवली नव्हती. तिच्या भल्या थोरल्या घरात ती आता एकटीच फिरत असते, समाधानाने. तिच्या समोरचे सारे प्रश्न आता संपून गेले आहेत. त्या अनेक प्रश्नचिन्हांनी कधी काळी दिलेला असह्य ठणका आता संपून गेला आहे. एखाद्या नाजूक सुरंगीच्या फुलाला, टचटचीत काळे मुंगळे डसलेले असावेत तसे, तिच्या भावजीवनाला अनेक प्रश्न डसले होते. त्या मुंगळ्यांनी सुरंगीच्या नाजूक पाकळ्या, एक एक करत कुरतडून टाकाव्या तसेच तिच्या मनाचे नाजूक भावबंध, एक एक करत ओसरून गेले आहेत. पाकळ्या गळून गेल्यानंतर नाजूक जीर्ण देठच खोडाला बिलगून थरथरत राहावा, तशीच ती जीवनाला चिवटपणे चिकटून आहे. कोणत्याही क्षणी गळून पडण्याची भीती बाळगत! पण ही अवस्था भोगतानाही ती एक शांत अवस्था अनुभवत होती. आता मरणाची भीती नाही.

म्हणूनच एकटेपणाचीही नाही...

तिच्या भल्या थोरल्या घरात एकटी असली तरी ती तशी एकटी थोडीच होती?

आठवणींचे गाठोडे समोरच्या खुंटीवर बांधून ठेवले होते. दारातल्या कमानींवर फुलणाऱ्या जाईजुई, कोपऱ्यात पिशी अबोली, दरवाजालगतचा आंबा, गोठ्यातली चिंगी म्हैस आणि बलकांवलगतच्या कोपऱ्यात बांधलेला वाघ्या कुत्रा, चहाच्या आशेने घुटमळणारे बारकू, शानू, भिका, शेवत्या हे सारे सभोवताली आहेतच

आणि जिची सेवा करण्यात सर्व हयात सरली ती देवी, तिचे घरालगतच भव्य मंदिर. ते सारे सभोवताली आहेत. आजही गावातल्या स्त्रियांची हळदी-कुंकवाची आमंत्रणे तिला येतात, कुणाच्या घरी फुले माळणे असते, तर कधी कुठे पापडाला जायचे असते आणि मंदिरातली देवीची सेवा तर नित्य नेमाचीच. पूजेची उपकरणी घासणे, पूजेची तयारी करणे, फुलांचे झेले घालणे, फरशी पुसणे, संध्याकाळी मंदिरात समया पेटवणे हे सारे ती आजही करते, श्रद्धेने.

पण तरीदेखील आज ती पूर्वीची उरली नाही. टप्प्याटप्प्याने वाटचाल करत आज तिचे जीवन इथवर पोचले आहे.

आता तिला ऊठसूट कुणाशी भांडावे असे वाटत नाही.

कुणाची भीतीही वाटत नाही.

कधी गुणगुणावे, आरशात चेहरा पाहावा, रुपेरी केसांच्या भरघोस आंबाड्यात वेणी माळावी, अंगावर चापूनचोपून कापड नेसावे असे आता काहीच वाटत नाही. अजूनी वयाने पन्नाशीही गाठलेली नाही, तरीसुद्धा ती एखाद्या निश्चल मूर्तीप्रमाणे वागते आहे. एक शांत, निश्चल, देखणी मूर्ती! देवीच्या समोरच्या समया प्रज्वलित करता करता आता तीच एक शांत ज्योती बनली आहे. नजरेसमोर फक्त देवीची मूर्ती आणि कोणताही प्रश्न समोर नाही म्हणून ती अशी आहे!

पण आता प्रश्न आहेत ते गावासमोर! त्या प्रश्नांना मात्र उत्तरे नाहीत. त्या प्रश्नांनी गाव जेव्हा चक्रावून जाते तेव्हा ती मनातून हसत असते. एकटीच. आपल्या नादात. आपल्या तंद्रीत. सारे जीवन बदलले पण गावासमोर प्रश्नचिन्ह उभे करणारे, तिच्या गळ्यातून, पोटापर्यंत रुळणारे लांब मंगळसूत्र आणि तिची गोरीभुरी पोर... हे अनुत्तरित राहिले.

ते मंगळसूत्र तिने कधी, कुणाच्या नावाने बांधले आणि ती गोरीभुरी पोर कुणाची, याची दाद तिने आजपर्यंत कुणालाच लागू दिली नाही. तिच्या सोबतच हे गावाला पडलेले दोन प्रश्न आजही तसेच. ती मात्र निश्चल, तरल, हलक्या झुळकेसारखी घर ते मंदिर या परिसरात वावरते आहे.

आजही मंदिरात जत्रा भरते, भजनी सप्ताह हौसेने होतो. पहाटेपर्यंत नाटके रंगतात. पालख्या निघतात. पालखीमागे आरतीचे तबक घेऊन ती आजही उभी असते. पण मन मात्र भूतकाळात पोचलेले असते. तिचे सारे बालपणच आकसून टाकणारा आणि निष्पाप मनाला डंख देणारा तो पहिला डंख, ती विसरणार थोडीच? आजही पालखी पाठीमागे आरतीचे तबक घेऊन, उभी असताना तो प्रसंग लख्ख आठवतो. आताचे शांत जीवन उगीचच जरा अस्वस्थ बनते. तेव्हाही...

अशीच जत्रा फुलली होती. खाजे, फुगे, पिपाण्यांची दुकाने हारीने सजली

होती. गौरीसारखी सजून देवी सुखासनात बसलेली होती. पेट्रोमॅक्सच्या उजेडात सारे कसे जादूसारखे वाटत होते. सनई-चौघडा, पेटी वाजत होती. रात्र चढत होती. कलावंतीण नाचत होती. सारे जण भान हरपून तिला पाहत होते. पण त्या गर्दीतच एका कोपऱ्यात एक सात-आठ वर्षांची मुलगी रडत होती. नाचणारी कलावंतीण तिची आई असते. बरोबरीच्या मुली तिच्याकडे डोळे टवकारून बघत असतात. ती नजर असह्य असते. मनाचा फुगा फुटून, लक्तरे झालेला असतो. पहिले प्रश्नचिन्ह तिच्यासमोर उभे ठाकलेले असते- अवचित.

दिवसभर तिच्या घराकडे कुणीच फिरकत नसते. रात्री मात्र, मागच्या आढ्याने कुणीतरी घरात घुसते. खसफस आवाजाने जाग येते. अंथरुणातली आईची जागा रिकामीच असते. शेजारी उफाड्याच्या अंगाची, वयात आलेली बहीण झोपलेली असते. त्या दोघींच्यामध्ये ही, मात्र अंग चोरून घेते. त्यानंतर झोपण्यासाठी वेगळा कोपरा शोधते. मागच्या आढ्याने मध्यरात्री येणारा कोण होता? कुणाच्या घरातून ही तांदळाची मुडी आणि नारळाचे ओझे येते? हे सारे प्रश्न मन भाजून काढतात. घरातला सूरयचा भात, डाळींचा रोस, खदगदे, मणगणे, तळलेला रावस, पण काही म्हणजे काही गोड लागत नाही. दिवसेंदिवस ती खंगत असते.

‘अगे, शांतू, चलियेक शाळेत धाड गे.’ सीताराम मास्तर रोजचा सांगत असतो.

‘शाळेत कित्यांक? बॅरिस्टरीण करपाची आसा?’

आईचे रोजचेच उत्तर.

मंदिराच्या कट्ट्यावर शाळा भरत असते. त्या शाळेत आपण का जायचे नाही? मग कोणत्या शाळेत जायचे? या प्रश्नांच्या शोधातच शाळेचे वय सरले. आई गेली. दारूच्या आणि यारांच्या विळख्यात बहीण संपली. मोठ्या पोरीची ही दशा पाहून आईने आधीच धूर्तपणे हिला देवीच्या सेवेला बांधून घेतलेले असते. तरुण वयाची सेवेकरीण येणार म्हणून गाव खूश असते. पण धीर एकवटून ही आईला स्पष्ट बजावते. ‘देवीची सेवा करीन, पण जत्रेत नाचणार नाही. देवीशिवाय कुणाचीही सेवा करणार नाही.’

दोन मुलींपैकी एक जण तरी सेवेला रुजू झाली, राहायची खोपटी मिळाली, या समाधानातच म्हातारी आई मरून गेली.

त्यानंतर हिने आधी मागचा आढा घट्ट बांधून घेतला आणि मागच्या दरवाजाला घट्ट, जाडजूड आडणा! सोबतीला ब्रह्मचारी मामा. चौघड्याची बढी वाजवून झाली की, दारूला मिठी मारून बाहेरच्या बाकावर तो आडवा व्हायचा. पुढच्या दाराला घट्ट खिळी लावून आतल्या खोलीत ही आडवी झालेली असायची. तरुण वय,

वाढतं शरीर, पण मन मात्र उभारी घालवून बसलेले. रात्रभर भिंतीला पाठ टेकवून टक्क जागी! उघड्या डोळ्यांसमोर काळोखात अनेक प्रश्न!

देवीची सेवा करताना रोखणाऱ्या अधाशी नजरा. सहेतुक आमंत्रणे, वासनेने बरबटलेली, सोवळे नेसून धर्मपत्नीशेजारी बसून शतचंडी पुजणारी अनेक शरीरे...

शरीरेच फक्त. गलेलठ्ठ मांसाचा भार वाहणारी गोरीगोमटी शरीरे, धर्मकार्य करता करतानाच, नजरेने हिच्यासोबत फिरणारी...

या सर्व माणसांना काय करायचे?

मनाला डंख देणारे रोजचे प्रसंग! ती कुणी कुलवान थोडीच होती? देवीची सेवा करणारी सार्वजनिक! उंची उंची साड्या नेसून सौभाग्यालंकार लेवून मंदिरात येणाऱ्या, गोऱ्यापिट्ट भटाब्राह्मणांच्या बायका बघून ही आतल्या आत जळायचीच. समईसारखी!

हे सर्व माझ्या वाटणीला का नाही? याचा शेवट?

या साऱ्या प्रश्नांचा भार सावरतच, घर ते मंदिर, मंदिर ते घर अशी प्रदक्षिणा सुरू होती. मात्र मंदिरात पोचली, देवीची मूर्ती नजरेला पडली की मनाचा दाह निवून जायचा. ती देवी कधी उग्र दिसायची, कधी प्रसन्न!

पण त्या सर्व पसाऱ्यात फक्त तीच एक आधार असायची. भक्तिभावाने ती पूजा बांधत होती. प्रश्नांना मन सरावत होते. देवीच्या सान्निध्याने बळ चढत होते. मुंगळे शिताफीने झटकून जगणे येत होते.

तेच दिवस... त्याच रात्री... तीन माणसे! पण ती मात्र... आता ती नव्हती. चांदण्यात, घरामागचा डोंगर फुलून जागा असे, तशीच तीसुद्धा! त्या डोंगरावर सुरंगीच्या झाडांचे बनच होते. पहाट होता होता, सारा डोंगर परिमळून जाई आणि सुरंगीचा गंध पार हिच्या घरात घुसे. आडदांड वाऱ्यासारखा, सुसाट पावसासारखा. गच्च धुक्यासारखा तो मादक गंध, आढा, आडणा, छप्पर सारे पार करून घरात घुसून हिला सैरभैर करून जाई.

आजवर सगळ्या प्रश्नांकडे पाहतच रात्री सरल्या. भीतीच्या भयाण सावल्यांनी झोपू दिले नाही आणि आता... ही गंधवेडी सुरंगी रात्रभर जागवते. पुढच्या दारीची घट्ट खिटी...

मागच्या दारीचा लाकडी, जाड आडणा आणि डोंगरातून येणाऱ्या सुरंगीच्या गंधाने परिमळणारे हिचे घर! भावविभोर अशी ही.

आजवर तो डोंगर पाहिला नाही की ते सुरंगीचे बन! मुंगळेच मात्र सभोवार. जावे का ते बन पाहायला? केव्हापासून तो सुगंध आमंत्रण देतोय.

अशाच ओल्या पहाटे, धुक्यातून वाट शोधत, ती डोंगर चढून गेली. ते बन!

झाडाला लगडलेली, नाजूक पाकळ्यांची, पिवळ्या केसरपरागांची ती फुले. ती गंधवती पहाट! कधी नव्हे इतकी भावुक अवस्था! बघता बघता तिचा पदर ओल्या फुलांनी भरून गेला.

मुंगळे?

ते बाजूला सारूनच तर त्याने तिच्या पदरात फक्त सुरंगीची फुले टाकली होती. तो अनुभव मनाला आनंद देणारा. पण मनाचे बळ वाढवणाराही! मग रोज, रोज पहाटे, एका ओढीने ती डोंगरावर जातच राहिली. सुरंगीचे बन रिते होईपर्यंत... रोज येताना पदर भरून सुरंगी येई. एक एक फूल ओवताना एक एक आठवण. त्यासोबत जिवणीवरून ओघळणारे गोड हसू. गुणगुणणे, आरशात पाहणे, लाजणे. देवीची पूजा अधिक श्रद्धेने बांधणे, भांगात कुंकू माळणे, हातभरची काकणे, गळ्यात रुळणारे मंगळसूत्र! वेणीतले गजरे. स्वतःच्या तंद्रीतच असणे.

गाव हे सर्व दचकून पाहत होते संशयाने, असूयेने. ती आता अंगाने भरली होती. अधिक सुंदर दिसत होती. गाव चक्रावले होते. अधिकच कोड्यात पडले होते... आणि

बघता बघता तिची गोरीभुरी पोर, तिच्या अंगणात खेळू लागली. हिचा हात धरून मंदिरात येऊ लागली. बघता बघता, मंदिरालगतची केळ लेकुरवाळी बनली होती. गावाला पत्ताच नव्हता...

'कळले मू? ऐकले मू? समजले तुमका?' गावगजाल लांब लांब रंगत होती. वळणे घेत होती. ती निळ्याशार डोळ्यांची पोर. डोळे मिचकावत जणू अनेक प्रश्न विचारत होती.

ही मात्र धीरगंभीर!

भरदुपारच्या आरतीच्या वेळी देवीच्या चेहऱ्यावरच्या धीरगंभीर भावाप्रमाणेच! येणारे संकट ती जाणून होती. समोरची देवी आणि डोंगरावरचे सुरंगीचे बन! तिथल्या पाखरांच्या शाळा, जीव धपापत धावणाऱ्या इवल्या इवल्या खारी, ओल्या पहाट वेळा आणि ओसंडून वाहणारे सुरंगीचे बन... फुलून... रिते... रिते... होत जाणारे!

पदरात आलेली ही पोर. तिचे निळे डोळे. हे एवढेसेच होते तिचे विश्व आणि प्राणपणाने ती उभी होती. उग्र चंडिकेसारखी. ती गोरीभुरी पोर मंदिरात येऊ लागली तशी देवस्थान कमिटी हडबडली.

मंदिर-चौकातल्या जाजमावर त्यांची बैठक बसली.

"फिरंग्याची पोर मंदिरात? चालणार नाही."

"भाटकरानू, पोर माझी आहे-" उत्तर दिले.

"पण फिरंग्यापासून झालेली ना?"

"सायबानू, पण पोरीला तर माझीच जात लागणार. तशी तर मीसुद्धा कुणा भटाबामणाचीच पोर! तुम्ही जाणता. मग तुमची जात मला नाही लागली! मला तुमचं कुणाचं नावही नाही लागलं. मी देवीची सेवा एकनिष्ठपणे बजावतेय. तिथे कसूर करत नाही. कामात अंगचोरपणा केला तर बोल लावा. नसेल खपत तर स्पष्ट सांगा. निघून जाईन.''

ठणठणीत सवाल आला.

कमिटी हडबडून गेली.

तिला गमावून कसे चालेल? देवीची सेवा कोण करणार? तिच्यासोबत मामाही निघून गेला तर? चौघड्यावर बढी कोण मारणार? तिला गमावून आता भागणारच नाही. काळ बदलतो आहे. गोरे निघून जाणार आज ना उद्या. भारत सरकार आले तर? हुकूमशाही, दंडेलशाही चालणार नाही. कायदे बदलणार आहेत. हे जाजमावरची कमिटी जाणून असते. तिच्या सवालाने विचारात पडते.

मान खाली घालून, गरीब गाईसारखी वागणारी ही आज ताठ मानेने कमिटीला प्रश्न करत असते. गाभाऱ्यातल्या देवीवर तिची नजर स्थिर असते. राजसत्ता, महाजनसत्ता, यापेक्षा या देवीची सत्ता तिने पूजलेली असते. त्या बळावरच, ती मंदिराच्या चौकात उभी असते. चार वर्षांची पोर साडीला बिलगून उभी असते. तिचा स्पर्श... त्या स्पर्शातूनच... आणखीन एक उत्तर... बंद्या रुपयाप्रमाणेच समोरच्या जाजमावर टपकते.

"होय, भाटकरानू, आजच मोकळेपणी सांगते. माझ्यानंतर माझी पोर सेवा करणार नाही.''

"मग राहतं घर सोडावं लागेल. सेवा करतेस म्हणून घर दिलं. सेवा बंद झाली तर घर सोडावं लागेल.''

"मान्य! तेव्हा काढून घ्या घर.''

सहज उत्तर येते. पण कमिटी जाणून असते. भाडेकरू कायदा येणार आहे. राहते घर घेता येणारच नाही. लागट, वार करणारा छद्मी, आसुरी प्रश्न येतो. संतापानेच. "मग पोरीचं काय करणार आहेस? का तिचा बाप पोर्तुगालला नेणार आहे तिला विमानात घालून?''

"का? शाळेत घालणार आहे मी तिला. लग्न लावून देणार आहे मी तिचं.''

तिचे ते ठाम उत्तर ऐकून कमिटीला हसू येते. पण रडूच अधिक. दिवस बदलत असतात हेच जाणवते.

त्या हिरव्या डोंगरावर त्याने फक्त स्वप्नच दिलेले नसते, तर सोन्याच्या चिपाही दिलेल्या असतात. 'पोरीला शिकवेन. लग्न करून देईन,' असे वचनही तिच्याकडून घेतलेले असते. त्या सोन्याच्या चिपा, तिच्या लोखंडी आलमारीत

सुखरूप असतात. त्या बळावर ती ठाम उभी असते. देवीसमोरच्या समईत तेल घालावे, तशी डोळ्यांत तेल घालून पोरीला जपत असते.

दिवस पार बदललेले असतात हे तिलाही जाणवते. 'विवो पोर्तुगाल' संपून 'जयहिंद' आलेले असते. जहाजे भरून गोरे निघून जातात. तसा तोही गेला असावा. नाही तरी त्यानंतर सुरंगीचे बन अनेकदा फुलले. पण ती तशी सैरभैर कधीच झाली नाही. डोंगर चढून वर पुन्हा कधी गेली नाहीच. त्याच सुरंगीचे एक रोप तिच्या अंगणात खेळत होते. पुन्हा त्या बनात शिरण्याची गरजच वाटली नव्हती. कधीतरी गावातून त्याची गस्त असे. जाता जाता निसटते हसू असे. त्यापेक्षा पोरीचे गोड हसू अधिक जवळचे. त्या गोड हसण्यातूनच नवे बळ आले होते. आता खंत वाटत नव्हती. जीवनाला नवा अर्थ आला होता. तिची पोर भटाबामणांच्या पोरीगत शाळेत जात होती. चांगल्या मार्कांनी पास होत होती. ती पास झाली की मास्तर तिला हटकून म्हणायचा. 'अगे, पोरगी हुशार आसा शिकय तिका. रेंकांत फास झाली. पेपरात नाव आयले.'

ती नवलाने पाहायाची. रूपागुणांनी सर्व मुलांत उजवी असणारी तिची पोर, फोटोत कलेक्टराकडून बक्षीस घेत असायची. दिवस पार बदलले होते. गाव आता प्रेमळ वाटत होते. तरी हिच्या मनात सदा पोरीची धास्ती. अलीकडे पोर कॉलेजात जात होती. ती बससाठी उभी असली की, कंडक्टर तोंडात दोन बोटे घालून शिटी मारीत असे. कर्कश ब्रेक लागून बस थांबे आणि ती चढताच डळमळत सुरू होई. संध्याकाळी पोर बसमधून उतरेपर्यंत हिचा जीव गोळा झालेला. कधी नव्हे ते मंदिरात जायला उशीर होऊ लागला आणि बघता बघता पोर नोकरीला लागली पण!

'नोकरी कशाला?' हा आईचा प्रश्न न ऐकताच ती नोकरीत गुंतली. दर महिन्याचा पगार आईच्या हातात देऊ लागली. शहरातून येताना चांगलेचुंगले सामान घरी आणू लागली. पोरीच्या हट्टाने घर नीटनेटके झाले. गॅस, कुकर, मिक्सर, ओटा-बेसिन, टेबल, सोफा, आलमारी-हौसेने पोर करत होती. अमाप कौतुकाच्या जोडीनेच ही अस्वस्थ! पोरीच्या कमाईवर कसे जगावे? गावासमोर नाचणारी आई... वाया गेलेली बहीण... दारूने खंक झालेला मामा... परदेसी सजण... कमावती पोर... हे सारे आठवून जाई. पोरीचे वय वाढत होते. रूप खुलत होते. लेकीच्या लग्नाची धास्ती मनाला लागली. देवीला प्रसाद लागू लागले. देवीच्या पुढ्यात नारळ ठेवून भट गाऱ्हाणे घालू लागला. गावात कुणाचे लगीन झाले की ही अस्वस्थ होऊ लागली. रात्री नीज लागेनाशी झाली.

आणि एका संध्याकाळी, एक पांढरी फियाट दारात उभी राहिली. एक रुबाबदार तरुण गाडीतून उतरला. पाठोपाठ लेक. आईच्या गळ्यात हात टाकून

म्हणाली, "आई, हे आमचे साहेब. पण तुझे जावई होणार, अर्थात तुला आवडले तरच हं."

कानावर विश्वास बसत नव्हता. गोठ्यातली चिंगी... बलकांवलगतचा वाघ्या... कमानीवरच्या जाईजुई... कडेचा आंबा... बाजूची शेवंती... अबोली... भरल्या नजरेला सारे अंधूक दिसत होते. मंदिरातल्या साऱ्याच घंटा एकदम वाजत होत्या. मग ती भानावर आली.

"लग्न करा, पण आमच्या मंदिरात. सारा खर्च आमचा."

तिच्या आनंदात जावई सामील होता. तिच्या साऱ्या अटी मान्य होतात. भटमामा प्रसाद लावून मुहूर्त काढून देतात. देवीच्या आणि स्वतःच्या नावाने ती वोवळीपत्र छापून आणते. मामाच्या हातून देवीसमोर ठेवते. साऱ्या गावाला आमंत्रण देते. तिच्या मदतीला लेक-जावयांचे अख्खे ऑफिस उभे राहते. गाव तिच्या घरावर तोरण बांधून जाते. बारकू, शानू, मडवळ, म्हादेव गावडो, तितू मोनी सारे जण रात्रभर जागून मांडव घालतात. घरामागे चुली पेटतात. सोजी, मणगणे, रोस, मुगागाठीची तपेली खदखदतात. पत्रावळींचा ढीग पडतो. आगरशाळेत बुफे सजतो. गाड्या भरून भरून माणसे येतात. शालूचा, दागिन्यांचा, फुलांचा, अश्रूंचा भार सावरत लेक सासरी जाते. विहिणीने दिलेले पोटझाकणीचे लुगडे, उराशी धरून ही रित्या मांडवाच्या खांबाजवळ गदगदत उभी असते.

आता घर अधिक मोठे वाटते. मग ती झाडापेडावर मन लावते. जाया, जुया, दसणी मोगरा, अबोलीवर अधिक माया जडते. देवीची पूजा, सणवार, व्रतवैकल्ये अधिक श्रद्धेने होत जातात. पण...

नजर पुन:पुन्हा कॅलेंडरकडे वळत असते. सुट्यांच्या लाल तारखांकडे दृष्टी स्थिर होत राहते आणि एका संध्याकाळी, एक निळी मारुती व्हॅन, दारात उभी राहते. श्रीमंतीचे, सुखाचे तेज ल्यालेली लेक आणि भरदार व्यक्तिमत्त्वाचा जावई अंगणात उभे राहतात. गाडीचा मागचा दरवाजा उघडून, 'आजी, आजी गं... करत दोन नाती हिच्याकडे झेपावतात. छानपैकी ऐटदार फ्रॉक घातलेल्या, सॉक्स-बूट चढवलेल्या बाहुलीसारख्या, साजऱ्या नाती, निळ्याशार डोळ्यांनी तिला पाहत असतात. सारे घर आनंदाने बेहोश होते. वाघ्या कुत्रा उड्या मारून मारून भुंकत असतो. गोठ्यातली चिंगी खांबावर शिंगे घासत असते. जाया, जुया सुगंधाचे फवारे उधळत असतात. पिशी अबोली पिसेपणाने झुलत राहते. माणकुरांवरचा पिवळा रंग शेंदरी बनतो. पण हिचे लक्ष फक्त साजऱ्या नातींवरच. आता सारी सुटी त्या तिच्याजवळ राहणार असतात. त्यांना घेऊन ती पुन्हा डोंगरावर जाणार असते. तिथल्या तळीत, त्या डुंबणार असतात. त्यांना ती सुरंगीचं ते बन दाखवणार असते. त्याच बनातल्या एका झाडाखाली त्याने एक

हिरवे स्वप्न पेरलेले असते. त्या स्वप्नालाच आज धुमारे फुटलेले असतात आणि फुलांतून पऱ्या बाहेर याव्यात अशा त्या दोघी नाती तिला बिलगलेल्या असतात. लेक-जावई तिला वाकून नमस्कार करत असतात. पण आता ती कुणीच नसते. असते एक तृप्ता.

एक तृप्ता. फक्त!

सुखदु:खाच्या सीमेपलीकडे उभी असणारी...

◆

देवचार

आमचं छोटंसं ५०/१०० घरांचं हे गाव! अगदी डोंगर उशा-पायथ्याशी घेऊन आरामात विसावलेलं आहे. अर्धा डोंगर गावाच्या उशाला, तर अर्धा डोंगर पायालगत... आणि मधोमध हे छोटंसं गाव! या दोन हिरव्या डोंगरांच्या कुशीमधलं छोटंसं गाव! गाव छोटं! पण त्या छोट्या गावालाही चार वाड्या आहेत. गुरव वाडा, जिथे रवळनाथ मंदिराच्या परिसरात 'गुरव' मंडळी राहतात. 'सोनार वाडा', जिथे सारे शेटी लोक राहतात. 'नावता वाडा' जिथे नाईक समाज राहतो आणि नागेश-महालक्ष्मीची दोन देखणी मंदिरं. त्यांच्या परिसरात गावात वर्षभर जत्रा, पालख्या, रथ, धालो, सांगोडे, शिमगो, गणपती असा जल्लोष सुरू असतो. गावची माणसं कष्ट करता करता या सर्वांमध्ये रमून गेलेली असतात. नाटकं, भजनं, गोपाळकाले, लग्न, मुंजी, गृहप्रवेश, नवचंडी, शतचंडी, महारुद्र, गणोहोम... सारं यथासांग गावात साजरं होत असतं आणि या साऱ्या नाद तालात, गावाचे दिवस-रात्र सरत असतात. गावात सर्व जण खाऊन-पिऊन सुखी असतात. जीवनात जे काही कमी असेल ते ते नागेश-महालक्ष्मी पुरवणार असतात. या श्रद्धेवरच तर श्रम हलके होत असतात. पण त्याहीपेक्षा गाव सुस्संगपणे त्या डोंगरातही जगत असतं. रात्री-अपरात्रीचं, काळोखाचं भय गावाला वाटत नसतं. कारण गावाचा विश्वास असतो की वरच्या कटामगाळीमधला 'देवचार' सदैव त्यांचा रक्षणकर्ता आहे.

त्या देवचाराला कुणीच कधी पाहिलेलं नसतं. पण 'तो' वरच्या गाळीत आजही आहे याबद्दल कुणालाही शंका नसते. तान्ह्या बाळाची दृष्ट काढताना हाती मीठ-मोहऱ्या घेऊन, साकडं घातलं जातं—

'देवा, पाव रे सायबा, रवळनाथा,
कटामगाळीच्या, बापा, देवचारा
वाटेची, तिटेची, भुताखेताची
आवय बापाची, सोयरा, संबंधीची, शेजाऱ्याची, पाजाऱ्याची.'

अशी सर्वांची नावं घेऊन, 'जो कुणी दृष्ट लावेल, त्याचे डोळे फुटोन जावो,'

असं म्हणत, चुलाणात टाकलेली मीठ-मिरची अशी तडतडून उठते की, देवचाराला ठसका लागावा व त्यानं रक्षणाला सिद्ध व्हावं.

सारं गाव, या दोन डोंगरांच्या कुशीत असणाऱ्या आपापल्या घरात शांतपणे विसावलेलं असतं. अजूनी सिमेंट काँक्रीटच्या जंगलानं या भागात प्रवेश केलेला नाही. फ्लॅट सिस्टिम इथवर पोचलेली नाही. घरं कशी ऐसपैस, सैलसर पसरलेली आहेत. मागीलदाराचा वाहाळ पावसात खळखळत असतो, तर उन्हात तो खंदकासारखं रक्षण करतो. घरांना कधी कुलूप लावणं माहीतच नसतं. झाडांवरचे मुरटे, कैऱ्या, फणस, अननस रात्रभर खुशाल असतात. पापभीरू माणसं त्यांना हात लावत नाहीत. त्यापेक्षा या साऱ्या गावावर देवचाराचा वचक असतो.

(डोंगर) गाळीमधल्या दाट वनराईत तो दिवसा निवांत पहुडलेला असतो. गाळीवर चढायला दगडी आखीव पायऱ्या असतात. उन्हाळ्यात सारा डोंगर सुगंधी नि:श्वास टाकत असतो. आंब्याचा, काजूचा मोहोर फुललेला असतो. गुलमोहोर, पांगारा, शाल्मली, शंकासुराची झाडं तांबडीलाल झालेली असतात. पिवळ्या लॅबरनमचे घोस हिरव्या झाडीत झुलत असतात, खालच्या गावात पाण्याचा तुटवडा भासतो. पण कटामगाळीतल्या गोलत्याच्या पाण्याची धार अविरतपणे वाहत असते.

या शांत परिसरातच तो दिवसा कुठेतरी बहुधा आराम करत असावा. पण गावच्या लेकीसुना गोलत्यावर कपड्यांची गाठोडी घेऊन धुणी धुवायला जातात. तिथल्या शुभ्र पाण्यानं काळ्या खडकावर घासून कपडे जाईजुईसारखे पांढरे फेक होऊन निघतात. मुरट्यांचा घमघमाट गावात पोचला की पोरं कटामगाळ चढतात. लाकडाच्या मोळ्या घेऊन गावड्या लयीत डोंगरपार होतात. पण कटामगाळीतला देवचार निवांत असतो. कुणालाच आडवा येत नाही. पण तो तिथे आहे या विश्वासावरच तिथे माणसांची वर्दळ बिनधास्त सुरू असते. तिन्हीसांजेची आरती, दोन्ही मंदिरांत सनई-चौघड्यांच्या घोषात पार पडते. सोमवार व शुक्रवारची भजनं रंगतात. शीत, कढी ओरपून माणसं गाढ निजली की हा जागा होतो.

दिवसभर हुंदडणारी माकडं फांद्यांना आता बिलगलेली असतात. गावभर आणि आभाळभर धिंगाणा घालून थकलेली पाखरं आता घरट्यांत विसावलेली असतात. काजवे चमकायला लागलेले असतात आणि गर्द झाडीतून रातकिडे किरकिरायला

सुरुवात होते. याच वेळी कटामगाळीचा देवचार जागा होतो. उभा राहतो. त्याचं काळ्याभोर केसांचं माथं आभाळाला टेकतं. एखाद्या जीर्ण रुंद वृक्षाच्या खोडासारखे त्याचे पाय असतात. रुंद पंजांच्या हातात त्यानं पेटता पलिता घेतलेला असतो. 'धम्म धम्म' पावलं टाकत तो साऱ्या कटामगाळीतून फिरत गावावर लक्ष ठेवून असतो. कुणाचा दरवाजा खिळखिळा असतो, कुठे जीर्ण म्हातारं खोड पडवीला मुटकुळं करून पडलेलं असतं, घरची सारी माणसं 'मुंबैत' कमवायला गेलेली असतात आणि भलं मोठं घर राखायला म्हातारा, म्हातारी कष्टानं श्वास घेत असतात. तरणीबांड पोरं सारवलेल्या अंगणातल्या खाटल्यावर निवांत असतात. या सर्वांचं रक्षण करणारा कटामगाळीचा देवचार मात्र पापणी न मिटवता पहारा करत असतो. रात्रभर.

गावच्या कुणाही माणसानं त्याला कधीच पाहिलेलं नसतं. पण जन्माला आल्यापासून प्रत्येकाला

मशाल हाती धरलेला,

आभाळाला माथे टेकलेला,

दमदार पावलं टाकणारा,

त्यांचा धम्म धम्म आवाज-

असा हा कटामगाळीचा देवचार एक सोयरा कसा वाटत असतो. त्याच्या विश्वासावर गाव निवांत असतं. माणसाच्या मनाला भीतीचा स्पर्श नसतो. वर्षानुवर्षं त्याची कथा घराघरांतून पुढं सरकत असते. पण देवचाराची भीती वाटत नसते. तो तर सखा, सोयरा, रक्षणकर्ता असतो.

त्या देवचाराची भीती कशासाठी बाळगायची? तो कधीच दिसणार नसतो. पण त्याचं अमूर्त अस्तित्वच जगण्याचं बळ वाढवत असतं. शेवटी माणूस जगतो ते कशाच्या आधारावर?

त्याच्या मनात असणारी श्रद्धा व विश्वास! हाच वर्षानुवर्षं माणसाच्या जगण्याचा केंद्रबिंदू आहे. वरच्या डोंगरावर, एका झाडाखाली त्याच्या नावानं शेंदूर फासलेला एक दगड आहे. माणसं डोंगरावर गेली की त्याला पाया पडतात. फुलं चढवतात. कुणी सोजी रोटाचा प्रसाद देतो, कुणी नारळ, कुणी कुळागरामधला पहिला आंबा, फणस, मुरटा. पण पहिला मान त्याचा. साऱ्या कटामगाळीला देवचारानं व्यापलेलं असतं. झाडाखालचा दगड हे त्याचं एक प्रतीक. त्याला कुणीच कधी पाहिलेलं नाही. गावच्या एखाद्या म्हाताऱ्यानं कधीतरी एक भली थोरली काळी सावली रात्रीच्या वेळी पाहिलेली असते, इतकीच.

पण त्याची भीती, दरारा मात्र सर्वांच्या मनांवर असतो... म्हणूनच मग डोंगरावरचे फणस तोरे, मुरटे सुखरूप असतात. ही भीतीच माणसाला सत्प्रवृत्त

करते. माणसं देवचाराची शपथ देतात. त्यांनी जर पाप केलं असेल तर देवचारच त्यांचं तळपट करणार असतो. न्याय त्याच्या हाती सोपवलेला असतो. अमूर्त न्यायाधीशाच्या हाती सारं सोपवलेलं असतं.

ही अशी भीती मनावर असणं हे खूप मोलाचं असतं. ही भीती कटामगाळीच्या देवचाराचीच फक्त नसते, तरी ही भीती सत्याची असते. त्या निखळ सत्यासमोर असत्य नेहमीच भ्यालेलं आहे. दुराचाराला सदाचाराची भीती, तर पापाला पुण्याची!

देवचार हा कुणीच नसून आपलं मनच आहे. आपल्या मनानं, आपल्या भोवती उभारलेली संरक्षक तटबंदी.

'भ्यायचं कशासाठी? देवचार आहे ना? संरक्षण करणारा!'

इथे भित्र्या मनानं धीट मनाचा आधार घेतलेला असतो.

'मी पाप केलं असेन, तर देवचार बघून घेईल.'

इथे असत्यानं नकळत सत्याचा हवाला दिलेला असतो.

पण आज देवचाराची भीती नाही. नवीन पिढी 'देवचार' ओळखत नाही. त्यांना मुळी कशाचीच भीती नाही. पण ती निडर वृत्ती मात्र नव्हे... ही मनाची व पर्यायानं समाजाची अवस्था भयावह मानावी लागेल. म्हणूनच सारे बॉंबस्फोट, खुनी हल्ले, बलात्कार, गँगवॉर, लाच, भ्रष्टाचार, पदांचा गैरवापर, शब्दांचं मोल गमावणं... सारं कसं थंड मनानं घडत आहे. जे जे चांगलं ते ते भोंगळ व अंधश्रद्धा या सदरांत जमा करून, माणसांनी सारं काही संपवलं आहे आणि मग स्वत:च भयभीत झाले आहेत. सारेच साव, सारेच चोर!

म्हणूनच आजचा माणूस पूर्वीसारखा नि:शंकपणे जगत नाही. त्याच्या डोळ्यांत आता सदैव भीती आहे. अविश्वास आहे. पुढच्या क्षणाचा आज भरवसा नाही. माणसाचा माणसाला भरवसा नाही. म्हणूनच की काय माणसं आता रात्रीची दारांना कड्याकोयंडे घालतात. खिडक्यांच्या खिट्या बंद करतात. उघड्या खिडक्यांना लोखंडी ग्रिल लावतात. सावध असतात. निवांत झोपू शकत नाहीत.

कारण देवचारावर त्यांचा विश्वास नाही. पूर्वी देवचार मित्र होता. रक्षणकर्ता होता. पण आता तो देवचार कुठे गेला? आता समाजात पावलोपावली दैत्य उभे ठाकले आहेत. सुंदर कपडे, मारुती कार, कडक इस्त्री, कमावलेली मुलायम भाषा, ए.सी. रूमची घरं, पंचतारांकित हॉटेल्स, बीच पार्ट्या, सर्वत्र नंगानाच!!

या नव्या देवचारांच्या हातातली 'पेटती मशाल' आहे. पण ती 'वाट' दाखवणारी नाही, तर सर्व जीवनमूल्यांची 'वाट' लावणारं ते चुडीत आहे. त्याच्या 'धम्म धम्म' पावलांच्या आवाजानं माणसं भयभीत झाली आहेत. झोप उडाली आहे. हे रक्षक नव्हेत तर भक्षक आहेत. कधी आपली शिकार होईल, याची शाश्वती उरलेली नाही. म्हणून माणूस आज सावध आहे, भयभीत आहे.

आजही तिन्हीसांजेला मंदिरात आरत्या होतात. भजनं होतात. घरात शीतकढीही असते. पण जोडीला असते ती भीती! उद्याची भीती! मधली रात्र सुरळीतपणे पार पडेल की नाही याची भीती दैत्य मनाच्या, माणसांच्या जंगलात, माणसाला माणसाचीच पडलेली भीती! म्हणून तर कटामगाळीच्या देवचाराची तीव्र आठवण येते. कारण दैत्य मानवाशी मुकाबला करण्याचं सामर्थ्य असलंच तर त्यालाच आहे. कायदा, न्याय, पोलीस, राज्यकर्ते, सारेच बिनभरवशाचे! म्हणून आजही त्याला साकडं घालतात. विश्वासानं...

'देवा पाव रे, कटामगाळीच्या बापा, सायबा, रक्षण कर, जागा राहा, पलिता पेटव.

पेटता ठेव! रक्षण कर!'

◆

फुलराणी

गोव्यात कोणत्याही मंदिरात जावं तर मंदिराच्या प्रवेशद्वारालगत त्या फुलराण्या उभ्या असतात. दहा ते चौदा वयोगटाच्या या फुलराण्या! हातांत अबोली, ओवळी, दसणी, शंकर, कण्हेर, अनंतांचे झेले. एकाच हातात या साऱ्या रंगांच्या लडी घेऊन, त्या उभ्या असतात. देवदर्शनासाठी अखंड माणसांची वर्दळ सुरू असते. स्कूटर, मोटारी, रिक्षा... थोडा आवाज आला तरी प्रवेशद्वारालगत उभ्या असणाऱ्या फुलकारनींची धावपळ सुरू होते. हातामधल्या माळा सावरत येणाऱ्या माणसांकडे यांची अजिजी सुरू होते.

'घे रे बाबा
घे गो बाय
देवाक् घाल मरे.'

खरं पाहिलं तर हे दृश्य सुंदर, तसंच करुणही. त्या विक्रेत्या असतात. पण भाव मात्र विकण्याचा नसतो. आपल्याजवळचा माल विकताना माणूस कसा रुबाबात वागायला हवा. गरज ही दोन्ही बाजूनं असते. विकणाऱ्याची व विकत घेणाऱ्याची पण!

पहाटेपासून फुलं गोळा करून त्याचे झेले विकणाऱ्यांना ते झेले खपावे, चार पैसे मिळावे ही गरज असते. तशीच देवदर्शनाला येणाऱ्यांना देवाला भक्तिभावानं अर्पण करण्यासाठी फुलांची गरज असते. पण दिसतं ते दृश्य मात्र करुणच असतं. फुलांचा एक हार विकला जावा म्हणून इतकी गयावया करून, त्यांनी असं दयनीय का व्हावं?

असंच नेहमी मला वाटतं.

या दयनीयतेला अनेक कारणं आहेत. पूर्वी प्रत्येक मंदिरासमोर या फुलवाल्या इतक्या जास्ती संख्येनं उभ्या नसत. एक-दोन प्रौढ बायका, क्वचित एखादी मुलगी. इतकीच मोजकी माणसं, फुलं विकायला उभी असताना दिसत.

पण आता गोवा एक पर्यटन केंद्र बनला. काश्मीरच्या थंड हवेच्या सफरी कमी झाल्या. तशी माणसं ऐन उन्हाळ्यात गोवा दर्शनाला धावू लागली. गोव्यात आल्यानंतर मंदिर, चर्चेस, समुद्रकिनारे, इथली वर्दळ वाढली. समुद्रकिनाऱ्यावर भेळपुरी, पाणीपुरी, रगडा पॅटिस घेऊन भय्ये आले. मोटारबोटी आल्या. उन्हाळी कपड्यांची दुकानं आली. तसे चर्चसमोर टी-स्टॉल उभे झाले. मेणबत्त्या विकणारे आले, मंदिरालगत ओटीचे साहित्य विकणारे गाडे निर्माण झाले आणि त्या जोडीनंच फुलं विकणाऱ्या पोरींचा ताफा उभा राहिला.

या मुली साऱ्याच चौथी-पाचवी शिकलेल्या आहेत. अगदी लहान असताना शाळेत पाटी घेऊन जाण्यात आनंद होता व घरच्या माणसांना शाळेत पाठवण्याचा अभिमान होता. हा उत्साह तीन-चार वर्षं टिकतो आणि मग ओसरू लागतो. अभ्यास डोक्यात शिरत नसतो. शिवाय वाडीतल्या त्या खोपटात अभ्यासाचं वेड कुणालाच नसतं. शिकलंच पाहिजे, अशी गरजही नसते... आग्रह कुणीच धरलेला नसतो. मग काही दिवस खेळण्यात, भटकण्यात जातात. त्यानंतर घरच्यांच्या लक्षात येतं की, या मुलीला काही कामाला लावलं, तर घराला तिचा भार होणार नाही. ही काळी काटकुळी मुलगी एक आधार बनू शकते. तसं सारं घरच 'बेकार' असतं. आई कुठेतरी वावराडीपण करत असते. पूर्वी वावराडीला पानभर अन्न वाढलं जात असे. त्या एका पानात सारं घर जेवून तृप्त होत असे. पण दिवस बदलत गेले. वैनीबायची जागा सूनबायने घेतली. नऊवारीतल्या वैनीबायच्या जागी हाउसकोटमधली 'सूनबाय' आली. घरात टी.व्ही. आला. दिवसेंदिवस वावराडीचं पान रोडावत गेलं. फ्रीजमधलं अन्न राखून घर जेवू लागलं.

तशी खोपटीतली वावराडी, तिची पाच-सहा पोरं यांची हातीतोंडी गाठ पडणं अवघड झालं. पूर्वी वैनीबायच्या चुलींवर भाताचं तपेलं खदखदायचं आणि पेजेची निवळ खोपटीतल्या पोरांच्या पोटात पडायची. वैनीबायच्या घरी फणस फुटला की अर्धे गरे खाऊन खोपटीतल्या पोरांना तृप्ती यायची. पण वैनीबायच्या सूनबायच्या राज्यात कुकर आला, मिक्सर आला. कुळागरामधले फणस, नीरफणस, अननस, केळीचे घड, बिमलं, करमलं... जीपमधून आठवड्याच्या बाजारात पोचू लागली. तशी खोपटीतल्या वावराडीला हे सारे जिन्नस वर्ज्य झाले. वैनीबायच्या दारात मोटारी आल्या, तिचे मुलगे उद्योगधंद्याला लागले. जोडीला भाटाचं, कुळागराचं उत्पन्न वाढलं. पूर्वीपेक्षा ते घर तजेलदार झालं. बर्थ डे पार्ट्या, वेडिंग ॲनिव्हर्सरी

व अनेक सेलिब्रेशन्स सुरू झाली.

इथे खोपटीतली मुलंही वाढली. जास्तीत जास्ती दहावीपर्यंत शिकली, पुढं काय? या यक्षप्रश्नाचं उत्तर शोधतानाच घरचा कर्ता पुरुष दारूनं, कधी काविळीनं झडप घालून नेला आणि घरात वावराडीपण करणारी आई आणि तिची वाढलेली मुलं असं कुटुंब तयार झालं. वैनीबायच्या घरातून येणाऱ्या रोडावलेल्या पानातलं अन्न वाढत्या भुकेला पुरेनासं झालं. ही भूक अनेक प्रकारची. श्रीमंत होण्याची भूक, डामडौलात राहण्याची भूक, काहीच न करता आपसूक सर्व मिळण्याची भूक, चैनीची, कपड्यांची अशा अनेक भुका बाळगत त्या खोपटीत एक पिढी मोठी झाली होती आणि बेकारी समोर उभी होती. जे मिळेल ते काम करण्याची त्यांच्या मनाची तयारी नव्हती. त्यांना काम करायचं होतं. पण त्यांना हवं असंच काम हवं होतं. सरकारी नोकरी हवी होती. किक मारताच चालू होणारी स्कूटर हवी होती. नोकरीवर जाण्यासाठी बस न्यायला यायला हवी होती. त्या खोपटीतल्या साऱ्या मुलांना असे जॉब हवे होते. ते मिळेपर्यंत ते मिथुन, गोविंदाच्या स्टाइलनं झुल्फं फुगवून, छाती फुगवून इथे तिथे उभे राहणार होते. कट्ट्यावर बसून राजकारण चघळणार होते.

पण त्याच खोपटामध्ये वाढणाऱ्या मुली मात्र समजूतदार बनल्या. आईचे कष्ट त्या जाणत होत्या. बापाचं प्रेम आठवत होत्या. भावांची बेकारी समजत होत्या आणि परिस्थितीला सामोऱ्या जात होत्या. काम करायचं, घर उभं करायचं हे जाणत होत्या.

काम करायचं खरं; पण काम कोण देणार? आईनं जन्मभर वावराडीपण केलं. काय फायदा झाला? वैनीबायच्या घरची भांडी घासण्यात किंवा मोटभर धुणी बडवण्यात आईचा जन्म सरला. पण घरची गरिबी सरली नाही. वैनीबायच्या घरच्या रगड्यावर मसाला रगडून त्याची गंधगोळी वाटण्यात आईच्या पाठीचा फासळा वाकला पण गरिबी वाकली नाही. आईच्या वावराडीपणानं, घर फक्त अर्धपोटी जेवत राहिलं. पण केवळ अन्न, इतकीच आता त्या खोपटाची गरज उरली नाही, तर वाढत्या जीवांच्या ज्या गरजा वाढल्या त्या वावराडीपणातून भागणार नाहीत हे समजूनच खोपटीतल्या मुली कामाला लागल्या. कुणी मुलं सांभाळू लागली. कुणी बालवाडीत झाडलोट करू लागली. कुणी गवंड्यांच्या हाताखाली राबू लागली, कुणी हलवायाच्या... आणि अनेक जणी बनल्या मग फुलराण्या! बिनभांडवलाचा धंदा.

भल्या पहाटे उठून डोंगरावर जायचं. शंकराची, कण्हेरीची, रानजाई, ओवळीची फुलं गोळा करायची. केळीच्या धाग्यावर त्याचे झेले घालायचे आणि मंदिराच्या दरवाजावर त्या फुलांच्या लड्या हाती धरून फुलराणीच्या रूपात उभं राहायचं. बेलपानं, तुळशीपानं, दुर्वा, नागचाफा, सोनचाफा, कमळं... जे जे मिळेल त्याचे

हार, गजरे बनवण्याची, विकण्याची एकच घाई...

फुलं सुकतील म्हणून घाई!

घरी चार पैसे नेता यावे म्हणूनही, घाई!

कधी कुठे लग्न आहे, कुठे जत्रा आहे... सारं कॅलेंडर त्यांना पाठ आहे. मंदिरांत कधी सिनेनट-नटी येतात. त्यांना लगेच ओळख पटते. कधी अलका कुबल, तर कधी निशिगंधा, कधी अशोक सराफ, तर कधी सचिन... सारे येत असतात. फुलं खपत असतात.

खोपटांत वाढणाऱ्या, कमालीची गरिबी भोगणाऱ्या या फुलराण्यांची स्वप्नं मात्र फार वेगळी.

'आपले फुलांचे मळे असावेत. त्या मळ्यांमधली फुलं विकून आपण मालक व्हावं, घर मोठं बांधावं ही स्वप्नं त्यांना कधीच पडत नाहीत. आपण शिकावं, ऑफिसर बनावं असं वाटत नाही. त्यांचं स्वप्न एकच की कधी इथे अमिताभ यावा, कधी मिथुन, गोविंदा, आमिर, सलमान यावा आणि त्यांचे फुलांचे हार, त्यांच्या हाती पोचावे, त्या वाट पाहत असतात.

गावाशी त्यांचं नातं नसतं. गरिबीशीही नातं नसतं... नातं असतं, या फिल्मी हिरोंशी!

त्यांच्या सुखदु:खांशी!

मग दिव्या भारतीच्या मृत्यूचं दु:ख प्रचंड पाळलं जातं आणि दाऊद पत्नी मंदाकिनीचा धिक्कार होतो. संजय दत्तचा टाडा त्याचा भाव झिरो बनवतो. कुणाचं अफेअर, कुणाचे प्रेमभंग... किंवा कुणाचे होऊ घातलेले विवाह- सारं या फुलराण्यांना सांगतं तरी कोण? पण हे कुणी सांगावं लागत नाही. दु:खापासून दूर पळणं आणि दिलासा शोधणं हा माणसाचा स्वभावधर्म आहे. अशाच दिलाशासाठी या फुलराण्या मग त्या बेगडी स्वप्नांत रमतात. त्यांच्या आधारे जगू पाहतात. घरी लग्नाच्या चार चार मोठ्या बहिणी असतात. यांना स्वत:ला भविष्य नसतं. आशा नसते म्हणून फुलं विकताना, त्या करुण होतात. अजिजीनं वागतात. कधीतरी अमिताभ येणार असतो आणि या फुलराण्यांना त्यांच्या फुलांसह त्याच्या भल्या मोठ्या गाडीत बसवून दूर दूर नेणार असतो.

स्वप्नांच्या जगात, फुलांच्या जगात या स्वप्नांवर फुलराणी उभी असते. उन्हा-पावसात. या मुलींचं कौतुक आणखीन एका गोष्टीसाठी वाटतं की, त्यांच्या त्या छोट्याशा व्यापारात एकमेकींबद्दल वैमनस्य नसतं. धंदा म्हणजे स्पर्धा, असूया ओघानं येते. पण यांचं जग मात्र फुलराणींचंच असतं. विकणाऱ्या अनेक, घेणारे मोजकेच! गाडी, रिक्षा, प्रवासी बसेस आल्या की साऱ्याच जणी तिथे धावतात. पण जिची फुलं खपतील तिचा हेवा करणार नाहीत.

गोव्यात येणारी माणसं देवदर्शनाला येणारी, तशीच जिवाचा गोवा करायला येणारीही. इथला ओला निसर्ग, मद्य यांची झिंग चढली की मदिराक्षीसाठी नजर फिरते. गोव्याबद्दल प्रवादच खूप! देवदासींची प्रथा आज अस्तित्वात नाही. पण लोकांची दृष्टी कशी बदलणार? मंदिरालगत उभ्या असणाऱ्या या मुलींकडे बघण्याचा दृष्टिकोन या पार्श्वभूमीवर तयार झालेला असतो. त्यांचं नको तेवढं आर्जव लोकांच्या मूळ विचारसरणीला पोषक होतं. पण या फुलराण्यांना फुलं खपण्याशी मतलब असतो. लोकांचे आसुरी विचार किंवा सराईत नजर त्यांना अनभिज्ञ असते. मंदिरालगत गडग्यावर गावची हिरो मंडळी बसलेली असतात. पण ती मुलं त्यांच्याच वाडीमधली असतात. परगावच्या जत्रेला त्या जातात. रात्र-रात्रभर परक्या गावच्या देवालयासमोर त्या उभ्या असतात. पण त्यांना भीती वाटत नसते. परगावी फुलं विकायला जाण्यापूर्वीच त्यांनी गावच्या देवीच्या तबकात नारळ आणि फुलांचा झेला ठेवलेला असतो. गाऱ्हाणं घालून घेतलेलं असतं. यानंतर ती देवीच रक्षण करणार असते. सारी फुलं खपणार असतात. घरी परत येताना रुमालाच्या गाठीत पुष्कळ बंदे रुपये येणार असतात आणि त्यानंतर साऱ्या मिळून एक कॅसेट आणणार असतात. एखाद्या मैत्रिणीच्या व्हिडिओवर मनसोक्त पिक्चर बघणार असतात आणि पुन्हा फुलांसारख्या त्या तरल होणार असतात. कधीतरी अमिताभ खरोखरच येणार असतो.

त्या दिवसाची त्या वाट पाहत असतात. हाती फुलांच्या माळा घेऊन!

◆

कोपेल

तसं पाहायला गेलं तर, या परिसराची रचना खूप सारखी आहे. एखाद्या साडीवर एखादं डिझाईन एकसारखं छापलेलं असावं तशीच! इथली सर्व निसर्गरचना पुन:पुन्हा तशीच भेटत राहते.

तशीच भाताची हिरवीगार खाचरं, तसेच ते त्यांना वेढून वाहणारे वाहाळ, बांधावरचे सळसळते माड आणि मधून मधून लागणारे रुंद पूल. बाहेर कोणत्याही एकाच दिशेनं चालत गेलो, तर पुन:पुन्हा अशीच रचना दिसते. अरुंद रस्त्यानं बेफाम धावणाऱ्या कदंबा बसेस किंवा शर्मिला, रौशन, नागेश या खासगी मिनी बसेस! दोन बोटं तोंडात घालून शीळ घालणारा कंडक्टर... खच्चून भरलेली माणसं...

राव रे, चल रे, वच रे, माश्शी फुडं सरान हे सर्व सर्व परिसरात असंच पुन:पुन्हा दिसत असतं. रस्त्याकडेची घरं, माणसं आणि सतत पाणी गाळणारे रस्त्याकडेचे नळ!

कवळे, रामनाथी, नागेशी, बांदोडे गावणे... सारा फेरफटका चालत करता येतो. अगदी सहजपणे! नागेश, महालक्ष्मी, शांतादुर्गा, रामनाथ सारे देव एकाच साच्यामधल्या भल्या थोरल्या मंदिरातून वस्ती करून असतात. चौघडा, सनई, पालख्या-दीपोत्सव जत्रा या सर्वांमध्ये विलक्षण सारखेपणा आहे. परंपरा, संस्कृती, प्रथा यांच्यात एकच साधर्म्य जाणवतं आणि या सर्व परिसरात वेगळेपणानं उठून दिसतं हे फक्त 'कोपेल.'

कोपेल, चॅपेल, इगर्जी, चर्च असे सर्व शब्द ख्रिश्चन प्रार्थनाघरांना उद्देशून

वापरले जातात. लहान-मोठ्या आकारांची चर्चेस! त्यांची रचना, ठेवण एकसारखी असते. उद्देश एक असतो. तिथून ऐकू येणारे प्रार्थनेचे किनरे करुण सूरही एकसारखेच असतात. तिथे छान कपडे घालून जाणारी नीटनेटकी माणसंही एकसारखीच. फादर, फादरचा धीरगंभीर चेहरा आणि चर्चबेलचा आवाजही एकसुरामधलाच!

तरीपण या परिसरामध्ये हे 'कोपेल' मात्र वेगळंच आहे. हा भाग जास्त करून हिंदू वस्तीचा. त्यांची सारी महत्त्वाची मंदिरं याच भागात आहेत. सर्वत्र मंदिरांचे कळस दृष्टीस पडत असतात.

आणि अवचित लक्ष वेधून घेतं ते मधोमध एका छोट्या टेकडीवर उभं असणारं कोपेल! ती हिरवीगार टेकडी, कवळे, रामनाथी, नागेशी, बांदोडा या सर्व गावांमधून ती सहज दिसते. आजूबाजूच्या इतर टेकड्यांप्रमाणं ती एक टेकडी असते. नजरेच्या टप्प्यात येणारी, सहज चढता येणारी अशी! पण...

इतर टेकड्यांपेक्षा ही वेगळीच असते. कारण या टेकडीवर उभे असते कोपेल!

पांढरंशुभ्र! माथ्यावरचं अथांग आभाळ सारत उभं असणारं कोपेल! जणू उदास, मौनीबाबाच! चर्चबेलही आभाळाला माथा टेकून उभी असते. ती पण मौन! म्हणूनच उदासवाणी अशीच! या कोपेलचं वैशिष्ट्यं नेमकं कोणतं? त्याचा वेगळेपणा नेमका कुठे व्यक्त होतो?

एक तर मंदिरांनी गजबजलेल्या परिसरात हे कोपेल वाट चुकलेल्या पोरासारखं वाटतं. कुणी बांधलं असेल ते? कोणत्या साली? आणि आजही वादळवारा व धुवाधार पावसाशी टक्कर देत ते भक्कमपणे उभं कसं? इतिहासाचे संदर्भ शोधून रूक्ष माहितीपट गोळा करावा असं वाटतच नाही. गेली चाळीस वर्षं मी ते कोपेल पाहतेय. आहे तसंच ते उभं आहे. निश्चल! या कोपेलनं दोन राजवटी पाहिल्या. सौंदेकर सरकारांचं संस्थान पाहिलं. खापरी, पाकल्यांच्या जीप्स पाहिल्या. स्वतंत्र घटकराज्य पाहिलं. लाल दिव्यांच्या गाड्या पाहिल्या. माणसांना अंतर्बाह्य बदलताना पाहिलं. सत्तेनं, पैशानं उन्मत्त झालेला माणूस पाहिला. पण कोपेल मुकंच आहे.

अधिकच उदास! त्याचे उंच दरवाजे उलट अधिकच घट्ट; माणसानं मिटलेल्या ओठासारखे बंद. गेली चाळीस वर्षं मी ते बंद दरवाजाचं चर्च पाहतेय. त्याचे दरवाजे कधीच उघडलेले मी पाहिले नाहीत. ती टेकडी, छान छान कपडे घालणाऱ्या माणसांनी कधीच फुलून जाताना मी पाहिली नाही. तिथून कधी मास प्रेअरचे सूर घरंगळत गावात पोचले नाहीत. ती चर्चबेल सदैव मुकीच आहे. कधीतरी न्यू इयरला आवाज ऐकू येतो. पण तोसुद्धा आनंदी आवाज नाही. तर उदास, गंभीर खोल गाभाऱ्यातून येणाऱ्या एखाद्या गूढ हुंकारासारखा तो आवाज असतो. तो पण क्वचितच.

कारण बांदोडा, रामनाथी परिसरामधले सारे ख्रिश्चन बांधव प्रार्थनेसाठी फोंड्याच्या

चर्चवर जातात.

दर रविवारी सकाळी बस या माणसांनीच भरते. फोंड्याच्या चर्चलगतचा भाग माणसांनी फुलून जातो. मला त्या माणसांचं खूप कौतुक वाटतं. रविवारची हक्काची रजेची सकाळ... पण माणसं प्रार्थनाघराकडे धावत असतात. साऱ्या गोवाभर ही प्रात:कालीन प्रार्थना होत असते. फक्त 'कोपेल' मात्र शांत!

त्याचा बंद दरवाजा बंदच आहे. आजूबाजूच्या हिरव्या परिसरात, त्यानं मात्र दरवाजे असे का बंद करून घेतले असतील?

माणसं स्वत:ला स्वत:तच अशी बंद का करून घेतात? आजूबाजूच्या सृष्टीप्रमाणं आपणही फुलावं, असं त्यांना का वाटत नाही? कोणत्या अनाम दु:खाचा डोह तिथे साकळून निश्चल उभा असतो? ते दु:ख वाहून गेलं तर तो सल मोकळा होईल. मनाच्या उघड्या दरवाजातून बाहेरची मोकळी हवा आत जाईल. पण माणसं मनभर दु:ख फुलारून जगतात. दु:खापासून दूर जात नाहीत. दु:खात चूर राहतात. कोपेलसारखीच!

त्यानं दरवाजा बंद का केला असेल?

धर्ममार्तंडांनी केलेले अत्याचार पाहून?

की, धर्माच्या नावावर खपणारा अधर्म पाहून?

ते प्रार्थनाघर आहे, पण त्या घरानं प्रार्थना का नाकारली?

प्रार्थनेवरचा विश्वास उडाला की, प्रार्थना करणाऱ्यांवरचा?

त्या बंद दरवाजाकडे पाहत मी विचार करत असते आणि असं वाटतं की, हा दरवाजा बंदच असावा. एखादं प्रार्थनाघर तरी प्रार्थनेविना मुक्त असावं.

माणूस वर्षानुवर्षं प्रार्थना करतो आहे. हजारो वर्षं प्रवचनं सांगितली जात आहेत. माणसाला सुख देणाऱ्या शाश्वत मूल्यांचा शोध घेतला जात आहे. माणसाच्या मनात शांतीचं नंदनवन फुलावं म्हणून प्रार्थना होत आहे.

पण तरीही विश्वसंहारक अशी दोन युद्धं झाली. गॅस चेंबर्समध्ये घुसमटून मृत्यूचे तांडव घालून झाले. हिरोशिमा जागच्या जागी गारद झाला. अमानुष कत्तली झाल्या तेव्हाही प्रार्थना होतीच. प्रार्थना करत करतच तर माणूस ही आसुरी कृत्यं करत नव्हता?

म्हणून उघड्या दरवाजापेक्षा बंद दरवाजाच मला अधिक दिलासा देऊन जातो. बंद दरवाजाच्या आत विचारमंथन असतं.

मी कोपेल बाहेरूनच पाहते. कसं असेल ते आतमधून? कदाचित इतर प्रार्थनाघरांसारखंच! एक प्रशस्त रुंद हॉल. मधोमध धर्मगुरूंसाठी लाकडी डायस; त्यामागं भिंतीलगतच्या उंच काळ्या नक्षीदार टेबलावर जीझसची करुण मूर्ती. काचेच्या पालथ्या हंडीखाली मदर मेरीचा पांढराशुभ्र पुतळा. अर्धवट जळालेल्या

मेणबत्त्या. असंच असेल ते आतून! त्याच्या उंच छपरावर वरपर्यंत पाकोळ्या फडफडत असतील. चीत्कारत आतमधल्या शांतीचा भंग करत असतील.

चाळीस वर्षांपूर्वी मी ते कोपेल पाहिलं व तीव्रतेनं वाटलं की, त्या टेकडीवर जावं आणि एखादं देखणं चित्र भासावं अशा त्या कोपेलला हात लावूनच त्याचा खरेपणा अनुभवावा. पण तेव्हा परकीय राजवट; बायकांनी अशा गच्च टेकडीवर कसं जायचं? म्हणून नेहमी घरातच व मन कोपेलसारखंच उदास झालेलं! आता जवळजवळ तीस वर्षांनी, पुन्हा रोज ते कोपेल पाहतेय. उलट माझ्या या घरातून तर ते माझ्या अगदी समोरच उभं असतं. या घराच्या कोणत्याही कोपऱ्यात उभी असले, तरी ते सहज दिसतं व माझ्या घरातून ते दिसतं तसं गावामधल्या कोणत्याही घरातून ते दिसत नाही! या माझ्या प्रासादासारख्या भल्या थोरल्या घरातून ते कोपेल वेगवेगळे मूड्स घेऊन उभं असताना मी पाहते.

सकाळी महालक्ष्मी मंदिर दिसण्याआधी दिसतं ते कोपेलच. बिनगजांच्या उघड्या खिडक्यांमधून रात्रभर ते जागत न्याहाळत होते की काय? सकाळी टेकडीवर धुकं साकळून उभं असतं आणि त्यामधून कोपेलचं टोक दिसतं. चराचराला व्यापून उभ्या असणाऱ्या अमूर्त अस्तित्वासारखंच!

दुपारी पांढऱ्या ढगांचे पुंजके त्याच्या माथ्यावर पिंजारून पसरलेले असतात आणि तिन्हीसांजेला सोनेरी, तिरपी उन्हं त्याच्यावर उतरलेली दिसतात. ऋतुमानाप्रमाणं टेकडीचे रंग बदलतात. पण कोपेल मात्र सदा उदास, गंभीर व ध्यानस्थ!

त्या दिवशी धीर करून टेकडी चढून तिथवर गेले खरी आणि त्या टेकडीवरून कवळे, रामनाथी, मारुतीगड सारा अद्भुत परिसर दिसला, किती वेगळा भासला तो मला! सारी भाताची खाचरं, पाण्यात भरलेली, ते पाणी उन्हात लखलखत होतं. सांजउन्हानं पाणी रंगून गेलं होतं. जणू शीशमहलच्या आरशांचे तुकडे जमिनीला लावले आहेत. मंदिरामधलं, लखलखतं झुंबर उतरलं होतं काय धरतीवर! हिरव्या भातखाचराच्या किती वेगळ्या हरित रंगछटा! त्यावर उडणाऱ्या बगळ्यांच्या माळा...

'बगळ्यांची माळ फुले अजुनी
अंबरात...
भेट आपुली स्मरशी...
काय तू मनात...'

मनात या ओळी आणि डोळ्यांत पाणी! पाठीमागं ते भव्य कोपेल!

प्रत्येक वर्षी अशीच भात खाचरं हिरवीगार होत असतील. पाण्याच्या आयन्यांत झकासपणे रुपडं न्याहाळत असतील... अशाच बगळ्यांच्या माळा आभाळभर पांगत असतील. ते पाहणारे कोपेल, कोणत्या आठवणीत गुंतत असेल? खालच्या

गावात माणसांची वस्ती. तिथल्या खोपटीत एक एक कादंबरी जन्म घेत असेल. माणसांच्या स्वभावाचे सारे आविष्कार त्यात व्यक्त होत असतील. एखादी प्रेमकथा, शोककथा, घुमी व्यथा,

लग्नमंडपातील सनई-चौघड्यांचे आवाज

रेंदेरांनी माडांवर गायलेली कांतरा...

जुलमी राजवटी, दुबळी दीन माणसं

कितीतरी आठवणी त्यानं अशाच उरात साठवल्या असतील! आजूबाजूचा रमणीय परिसर अन् पाठीमागून दिसणारा वास्कोचा समुद्र... या पार्श्वभूमीवर वावरणारी माणसं. हळवी, दुबळी माणसं पाहत कोपेल उभं आहे. ध्यानस्थ!

अलीकडे रविवारी कुणी फादरबाबा तिथे येतो म्हणे! रस्ता खोदत आहेत टेकडीवर चढव्याचा आणि एक दिव्याचा खांबही उभा होतो आहे. रोज मी कोपेलच्या टेकडीवर एका ओढीनं जाते. बंद दरवाजाला हात जोडून म्हणते,

'तू असा बंदच राहा...

इतकी वर्षं कुणाचंच तुझ्याकडे लक्ष गेलं नाही. पण आज इथे रस्ता होतो आहे. दिव्याचे खांब टेकडी चढताहेत... इथला काळोख दूर करायला. आता धर्माच्या नावावर इथे राजकारण शिरू पाहतंय. हिंदूंच्या पाच-सहा मंदिरांलगतचं चर्च मोठं करून एक आव्हान उभं करू पाहताहेत धर्ममार्तंड. चेहरा वेगळा पण हेतू तोच.

म्हणून तू बंदच राहा. इतकी वर्षं तपश्चर्या करून तू या टेकडीवरचं पावित्र्य टिकवलंस. शांती जोपासलीस, ती अशीच राहावी. निदान एखाद्या ठिकाणी प्रार्थना असावी. खरी प्रार्थना! मूक प्रार्थना!

आणि अट्टाहासानं दरवाजा उघडलाच कुणी तर... आतून बाहेर येऊ देत... तुझे ध्यानस्थ हुंकार!

एक अनाम प्रार्थनास्वर...

जीझसचा... विश्वाच्या कल्याणासाठीच!'

◆

पायलट ▐

शालेय जीवनात इंग्रजी भाषेचा परिचय झाला आणि 'ए' फॉर एरोप्लेन, 'ए' फॉर ॲपल असे नवीन शब्द समजले.

एरोप्लेन... विमान...

या विमानाचे अप्रूप लहानपणापासून वाटत असते. भरदुपारी ढगांमधून जाणारे किंवा रात्री दिवा उघडमीट करत आभाळातून जाणारे विमान... हा एक कुतूहलाचा विषय असतो. हे विमान आभाळात उडते तरी कसे? आणि जो कोणी ते चालवत असेल, तो वैमानिक. त्याच्याबद्दल तर अगाध कौतुकच, शालेय इयत्ता वाढत चालली तसा 'पायलट' हा शब्दही परिचित झाला. एरोप्लेन चालवणारा पायलट म्हणजे विमान चालवणारा वैमानिक... हे मनात पक्के झाले. पण सर्वसामान्य माणसांना फक्त या शब्दांच्याच परिचयावर समाधान मानावं लागतं. कारण विमान, विमानप्रवास हे सामान्य माणसांच्या गणितात बसणारे नसतेच. मग पायलटचा परिचय होण्याची सुतराम शक्यता नसते. ती सारी मिरासदारी श्रीमंत वर्गाची. माझ्या परिचयाच्या एक बाई गाणे शिकण्यासाठी आठवड्यातून दोन वेळा विमानाने पुण्याला जात असत, तर आणखीन एक धनिक कन्या केवळ केसांची निगा राखण्यासाठी विमानाने दर आठवड्याला जा-ये करत असे. तर हे सर्व एका वर्गाचे जगणे आहे. पण बहुधा सर्वसामान्य माणसे मात्र या गोष्टी ऐकतच असतात.

त्यांच्या जीवनाच्या गणितात महिनाअखेर गाठण्याचा हिशेबच फक्त मांडलेला असतो. हातचे, उणे, वजाबाकी व शेवटी शून्याचा ताळा यांत सर्वसामान्य संपून गेलेला असतो आणि भविष्याबद्दल उदासही असतो. अशा वेळीच हा 'पायलट'

त्याला प्रत्यक्ष भेटतो. इतकेच नव्हे तर त्याची सेवा करण्यासाठी कोपऱ्याकोपऱ्यावर तो उभा असतो. नुसती खूण केली की हा पायलट सेवेला रुजू होतो आणि ही मिरासदारी मात्र सर्वसामान्य वर्गाचीच! एरोप्लेनमधला 'पायलट' श्रीमंत वर्गासाठी कार्यरत असतो. पण गोव्यात कोपऱ्याकोपऱ्यावर उभा असणारा 'पायलट' मात्र श्रीमंतांसाठी नसतोच.

अनेकदा अगदी वेळेवर पोचायची घाई असते. बस चुकते. रिक्षा दिसत नसते. वेळ पुढं सरकत असते आणि अशा वेळी,

"येता?"

असे विचारत मोटारसायकलला 'स्टार्ट' मारण्याच्या आवेशात उभा असणारा 'पायलट' पुढ्यात उभा असतो.

"मोटारसायकलवर? या वयात?"

या मनातल्या प्रश्नांवर त्याचेच उत्तर येते.

"भिऊ नाका गे. हळू वरता."

आणि खरेच तो विश्वासानेच म्हणत असतो. घाबरत बसावे तर 'स्टार्ट' करण्याआधीच तो म्हणतो,

"सारखी बस. भिऊ नाका."

आणि खरेच तो अगदी सावकाश जपून पोचवतो. वेळेवर! मीटर वगैरे प्रकार नसतोच. पण दर त्याचे त्यानेच ठरवलेले असतात. पाच रुपये, दहा रुपये. ते त्याचे 'फिक्स' दर असतात. त्यासाठी तडजोड नाही की भांडण नाही.

काळ्यासावळ्या रंगाचे, उभट चेहऱ्याचे, टिपिकल गोवानीज चेहऱ्याचे हे 'पायलट' हे फक्त गोव्याचेच खास वैशिष्ट्य आहे. गोवा हे पर्यटन केंद्र बनले. स्वतंत्र घटकराज्य बनले, तशी इथे माणसांची वर्दळ वाढली. कर्मचारी वर्ग वाढला. लोकसंख्या वाढली. वाहतूक वाढली. बसेस खचाखच भरून माणसांची ने-आण करू लागल्या. अशा वेळी 'पायलट' बनलेले मोटारसायकलस्वार ही एक गरज बनली.

कुठल्या तरी बँकेचे कर्ज काढून त्याने मोटारसायकल घेतलेली असते. त्याचे कर्ज डोक्यावर असते. हप्ते भरायचे असतात. म्हणून प्रामाणिकपणाने तो काम करत असतो. उन्हात, थंडीत उभा असतो. इमानेइतबारे माणसांना पोचवत असतो. इतर गोवेकरांप्रमाणेच त्यालापण सरळ मार्गाने कष्टाने पैसे कमवायचे असतात. कुठल्या तरी वाडीत कौलारू खोपटी असते. आई, वडील, बहिणी, भावंडे असतात. कधी त्याची 'घरकार्न' त्यांत असते. आपल्या 'पायलट'वरूनच तो आभाळात इमले बांधण्याचे स्वप्न बघत असावा. कष्टाने व प्रामाणिकपणाने राबलो, तर देव एक ना एक दिवस नक्कीच सुखाचा दाखवणार, यावर त्याचा पूर्ण विश्वास

असतो. आपल्या मोटारसायकलवर बसणाऱ्या प्रत्येकाला तो अगदी आदराने, आपलेपणाने वागवत असतो. त्यांचे सामान सांभाळतो. कुणी बोलका असेल, तर याच्या गप्पांना रंग चढतो. त्याच्या भागाचा सारा इतिहास आणि भूगोल त्याला पाठ असतो. साऱ्या तालेवार मंडळींचे बंगले, हॉस्पिटल्स, सरकारी कचेऱ्या, पोस्ट-ऑफिस साऱ्या जागी बिनचूक नेऊन पोचवतो व त्याला एकदा पत्ता सांगितला की आपण निर्धास्त बसावे.

माझ्यासारख्या प्रौढ वयाच्या माणसांना तो विलक्षण समंजसपणे वागवेल, तर त्याच्या वयाच्या माणसांचा तो दोस्त बनून जाईल. एखादी तरणी, गोरी, स्कर्टवाली आली की हा 'सलमान खान' किंवा 'आमिर खानच्या' आवेशात मोटारसायकल चालवेल. गोरी मेम टूरिस्ट म्हणून आली तर सारी देवळे, रस्ते, झाडेफुले कौतुकाने दाखवेल. अगदी घरी पाहुणी आल्यासारखा तिला वागवेल. पण बक्षिशीसाठी हात पसरणार नाही. ठरलेले पैसे मात्र मोजून घेईल. ती जाताना तिला शेक हँड करेल. डोळ्यांवरचा गॉगल सारखा करत तिला 'गुड बाय'ही करेल.

मला तरी हा 'पायलट' वरदानच वाटतो. बसमधल्या गर्दीत चढणे आधीच कठीण, मोटारीने फिरण्याचे दिवस कधी आलेले नसतात. टॅक्सी परवडणारी नसते. दिवसेंदिवस बाहेरच्या गर्दीचा उबग वाढत असतो. अशा वेळी हा 'पायलट' एक आधारच होतो. स्वतःचे वाहन नसले तरी त्याचे वाहन व तो आपल्या सेवेला रुजू असतात, एकदा एक 'पायलट' ठरवून त्याच्या आधाराने सारी कामे करून आपण वेळेत सुखरूप घरी पोहोचू शकतो. कधी कधी तर सामानाची यादी व पैसे हाती सोपवले की सारे सामान, यादीबरहुकूम सांगितलेल्या दुकानातून बिलांसह घरपोच आणून दिले जाते.

'दुधाची पिशवी फ्रीजमध्ये ठेव.'

'कोथिंबीर बघ ताज्जी. बेळगावची.'

'बांगडे म्हाग होते. म्हणून आणले नाहीत.'

'हे घे गावठी तूप.'

जसा कुणी घरचा माणूस बाजार करून यावा, तसे त्याचे वागणे.

'पैसे नीट मोजून घे. बिलं बघ.'

असे सांगून पोच दिली जाईल.

विचार केला, तर हे असे जगणे किती साधे सोपे आणि सरळ! सारा स्वच्छ हिशेब. अगदी दगडी पाटीवर मांडावा असा स्वच्छ! आजही आपण असे जगू शकतो. स्वच्छ मनाने. एकमेकांच्या आधाराने. विश्वासाने! विश्वास मात्र हवा.

तो 'पायलट' आपल्यासारखाच एक सर्वसामान्य माणूस असतो. कर्जाच्या ओझ्यातून मोकळा होऊन साधे सुखी जीवन जगू पाहणारा. पण आपण त्याच्याबद्दल

मात्र साशंक असतो आणि विश्वास मात्र ठेवतो ते बिनभरवशाच्या माणसांवर. राज्यकर्ते, उद्योगपती, बिल्डर्स, न्याय, कायदा, सुरक्षा, आर्थिक व्यवहार, वृत्तपत्रे, नेते, भाषणे, घोषणा, आश्वासने, दौरे, साहित्य इत्यादी.

जे निखालसपणे खोटे त्यावर आपण डोळे मिटून विश्वास ठेवतो आणि आपल्यासारखीच व आपल्यालगतच जगणारी पापभीरू वर्गातली माणसे मात्र आपण संशयाच्या नजरेने बघत असतो. पण ज्यांना आपण प्रत्यक्ष कधीच पाहिलेले नाही, अशा माणसांना डोळे मिटून आपण आपले मोलाचे मतदान करतो आणि आपल्यासह सारा देश त्यांच्यावर सोपवून देतो. केवळ जाहिराती वाचून माल खरेदी करतो. बेगडी वस्तूंच्या मोहात पडतो.

पण दैनंदिन जीवनात मात्र नको तेवढे सावध असतो. सावध म्हणून प्रत्येक पाऊल संशयाने टाकतो. प्रत्येक माणसासाठी आपली नजर सतर्क असते.

गोव्यात कोपऱ्याकोपऱ्यावर उभे असणारे हे 'पायलट' म्हणजे तडजोड असते त्याने गरिबीशी केलेली आणि आपण वेळेशी! त्याचे वाहन आपले असते. तो आपला वाहक बनतो. मला तरी हे पायलट एक आधारच वाटतो. त्यांच्यामुळे वेळ तर वाचतोच. पण त्यांच्या वाहनावरून जाताना आपण मोकळी हवा अनुभवतो. आभाळ उतरलेल्या टेकड्या नजरेत भरतात. हिरवी झाडी जवळिकीने दिसते. लाल मातीची अरुंद वाट आपली होते आणि बघता बघता वाट सरून आपण मुक्कामावर पोचलेले असतो. तोपर्यंत मोकळी हवा व ओला निसर्ग जवळिकीने भेटलेला असतो. प्रसन्न मनाने आपण मुक्कामावर उतरतो.

◆

▌ तळी

जर्मनीची जगप्रसिद्ध भिंत नुकतीच पाडण्यात आली आणि दुभंगलेला जर्मनी, अभूतपूर्व असा एकरूप झाला.

भिंत! भिंत ही संरक्षक असावी. विभागणारी नसावीच. चार भिंतींवरच्या उभ्या छपराखाली पिढ्यान्पिढ्या सुखानं नांदलेल्या असतात. पण कलहाची, स्वार्थाची ठिणगी पडते आणि एका छपराखाली दुसऱ्या अनेक भिंती येतात. वेगळ्या चुली होतात. अशा भिंती दुःख देणाऱ्या.

पण नागेशी आणि बांदिवडे ही दोन गावं जोडली गेलीत ती एका तळीनं. हे सारं नैसर्गिक आहे. तेच सोईस्करपणे उपयोगाचंही! नागेशी आणि बांदिवडे ही डोंगराच्या कुशीमधली दोन छोटी गावं! फर्मागुडीची वळणं वळणं उतरत नागेशीला पोचावं आणि नागेशीची तळी पार करून सहजपणे बांदोड्याला पोचावं. दोन गावं जोडणारी हिरव्यागार पाण्याची नागेशीची तळी!

'पानी तेरा रंग कैसा?' या प्रश्नाला या तळीच्या पाण्याचा रंग कसा, तर हिरवागार. सभोवताली दाट कुळागरं, नारळी, केळी, पोफळीची थंडगार वनं! त्यांची हिरवी दाट छाया. पाण्यात उतरून शुभ्र पाणीच पाचूमय झालं... असं पाचूच्या रंगानं माखलेलं हे तळं! कडेनं बंदिस्त पायऱ्या, घाट.

पाण्यात लांबलचक मासोळ्या लचकत मुरडताना दृष्टीला पडतात. पण त्यांच्याकडे जास्ती पाहता येत नाही. कारण तळीलगतची दगडी पायवाट इतकी अरुंद आहे की जरा लक्ष चुकलं, तर तळीतच उतरावं लागणार आणि मासोळीसारखं पोहता येतं थोडंच? म्हणून दगडी वाटेवर लक्ष ठेवूनच तळीपार व्हावं लागतं.

दोन गावांना सांधणारी ही तळी मला शुभकारक वाटते. पाण्यानंच माणसं जोडली जातात. गावं सांधली जातात व त्याचे सुंदर परिणाम म्हणजे ही तळी!

फर्मागुडीचा डोंगर उतरतानाच मन प्रसन्न करणारी हिरवाई भेटते. अजूनी जंगलतोड सुरू झालेली नाही हे भाग्यच! नागेशीचं भव्य प्रवेशद्वार दिसलं की, डोंगरउतार आपण पार केलेला आहे हे जाणवतं. प्रवेशद्वाराच्या फुलकारनी, दीपमाळा, स्वच्छ प्राकार, कडेचा सौंदेकरांचा शिवतीर्थ पॅलेस, नागेशाची धीरगंभीर मूर्ती, देखणा गणेश आणि संगमरवरी विष्णु-लक्ष्मी हे सारं पाहून भान हरपतं... तोवरच ती हिरवीकंच पाण्यानं भरलेली बंदिस्त तळी नजरेत भरते. त्या तळीवर पांढऱ्या ढगांनी भरलेलं निळं आभाळही असतं. पण तळी मात्र हिरवीगार!

निळ्या आभाळावर इथे हिरव्या झाडीनं मात केली हे मनोमन पटतं. त्या विस्तीर्ण तळीवर अनेक प्रतिबिंबं असतात. ढगांची, झाडांची आणि जीवनाचीही!

हे जीवन! कधी निर्झरासारखं अल्लड होतं.

कधी सागराला भेटण्याच्या ओढीनं धावणाऱ्या सरितेसारखं बेफाम!

कधी आभाळ कवेत घेण्याचं स्वप्न पाहणारं जीवन, तो आवेग संपून गेला की, त्या आभाळाचं प्रतिबिंबच उरात जपणाऱ्या या तळीप्रमाणं मग निश्चल व प्रौढ होत जातं. अथांग आभाळाच्या छायेखाली...

हिरव्या रंगानं रंगलेली व कोणत्याही रंगात सहजपणानं... मिसळणाऱ्या... माणसाच्या... जीवनाचं प्रतिबिंब अशी ही लांबट व चौकोनी आकाराची व चारही ऋतूंत तुडुंब भरलेली तळी!

उन्हाळा सुरू झाला की, शहरामधले स्वीमिंग पूल कसे भरून जातात. माणसांनी उड्या मारून मारून त्या कृत्रिम तळ्यांमधलं पाणी गढूळ होतं आणि बाधतं माणसाला.

पण ही तळी कधीच कुणाला बाधत नाहीत. ना कधी पाण्याचा उपसा, ना कधी तळी स्वच्छ करण्याचा उपचार! दिवसभर मुले पाण्यात डुबकत असतात. संध्याकाळी मळलेली कष्टलेली शरीरं, स्वच्छ धुऊन, कामकरी वर्ग तिच्या स्पर्शानं ताजातवाना होत असतो. जत्रेत तळीभोवती दिव्यांची आरास होते. त्या सुंदर दिव्यांचं, उंच दीपमाळेचं प्रतिबिंब पाण्यात उमटलेलं असतं आणि सजवलेल्या नौकेतून नागेश बाप्पा तळीभर विहार करत असतो. रात्रीच्या शांत वेळी तळीच्या काठावर सनई-चौघडा वाजत असतो. चैत्र पौर्णिमेचा चंद्र ऐन माथ्यावरून तळी न्याहाळत असतो. आभाळाचं प्रतिबिंब उरात साठवणारी 'प्रौढ' तळी आज दीपमाळांनी लखलखत असते. चंद्र ऐन माथ्यावर येताच आज ती 'नवोढा' बनते. किती वेगवेगळी असतात तिची रूपं आणि मूड्स?

सौंदेकरांच्या प्रासादासमोर आजही नाटकं रंगतात. 'संशय कल्लोळ' असो,

'मानापमान' किंवा आधुनिक 'नातीगोती' वा 'किरवंत', गोयंकार ते नाटक सादर करताना गाणार हे नक्की! ऐन मध्यरात्री त्या पल्लेदार ताना ती तळी ऐकत असते. नाटक संपलं की मध्यरात्री तळीपार होऊन माणसं बांदोड्याला जाणार असतात. त्यांना वाट दाखवण्यासाठी ही मात्र रात्रभर जागीच! पेंगणारी पोरंबाळं, कडेवर घेऊन आया पलीकडे पोचल्या की मग जरा डुलकी काढावी, तोवर पहाटेचा चौघडा वाजायला लागतो.

नागेश मंदिरात श्रावणात सप्ताह सुरू होतो. न थांबता अखंड भजनांचा नाद ऐकता ऐकतानाच 'तळी' अशी प्रौढ आध्यात्मिक बनलेली असते.

या तळीपलीकडे बांदोड्याला जाणारी वाट दाट झाडीची आहे. म्हणून तिथे सदा काळोख वाटतो. कुळागराच्या दाट झाडीतून जाणाऱ्या त्या वाटेवर सूर्यकिरणं कधीच उतरत नाहीत. कुळागरात कोणतं जादूचं झाड फुललेलं असतं, कोण जाणे! ती वाट अखंड एका गोड सुगंधानं घमघमत असते खरी! तळीच्या गारव्यानं, कुळागरं थंड झालेली असतात व तळीच्या पाण्यानं नारळी-पोफळी फोफावलेल्या असतात. त्या वाटेचं दर्शन... तळीच्या ऐलथडीवरूनच होतं. मधोमध पाचूच्या पाण्यानं भरलेली ती तळी आणि पैलथडीवरची ती झाडीनं झाकलेली सुगंधी वाट!

त्या वाटेवरून जाताना पुढचा गाव दृष्टिपथात नसतोच. पण त्या सुंदर परिसरानंच एक विश्वास मनात निर्माण केलेला असतो व थकलेली पावलं त्या बळावरच वाटचाल करीत असतात. जीवन पुढं सरकत असतं तळीच्या आधारावर.

असं वाटतं ही तळी अशी डोंगराच्या कुशीत व मंदिराच्या परिसरात आहे हे किती छान आहे! बाहेरच्या प्रदूषित जगाच्या लहरी तिथवर पोचत नाहीत हेच बरं. बाहेरच्या जगातले बॉंबहल्ले, गँगवॉर, देशद्रोही सैतानी प्रवृत्ती, सत्तेचे स्वार्थी राजकारण, पैशासाठी पिसाट झालेली माणसं, स्वार्थी, भोगवादी माणसं या कशाचंच प्रतिबिंब या तळीवर उमटत नाही व उमटणार नाही.

कारण ही 'तळी' आत्ममग्न बनली आहे. निळ्या आभाळाचं प्रतिबिंब तिनं उरात साठवलं आहे आणि झाडीतला हिरवा वर्ख तिच्या अंगोपांगावर विखुरला आहे. हे सारं नैसर्गिक लेणं ल्यालेली तळी अशीच असणार आहे. दोन गावांना प्रेमानं सांधणारी! नागेश देवाची विस्तीर्ण तळी!

◆

▮ हिरो

काही वर्षांपूर्वी मुंबईत गिरणी कामगारांचा भला मोठा संप झाला होता. संपाच्या वेळी व संपानंतर गिरण्या बंद झाल्या. संपकाळात व संपाचं भवितव्य निश्चित झाल्यावर, बेकार कामगारांचे लोंढे गावी परतू लागले. नदीकडेच्या पारांवर, त्यांची रांगच रांग बसू लागली. गावगप्पांचा बुकणा पाडू लागली. ती माणसांची रांग पाहून मन भिऊन जायचं. ती नुसती माणसं नव्हती. या माणसांनी मुंबईचे वारे अनुभवलेले होते. या माणसांना पुन्हा मुंबईत जाणं अवघड होतं. तसंच गावी राहणं अवघड होतं. म्हणूनच जगणं कठीण वाटत होतं. सुखानं जगणारं गाव, त्यांना अस्वस्थ करत होतं. ज्या गावाला व माणसांना ते गावंढळ समजत होते, तीच माणसं शहाणी ठरली होती. त्यांनी पैशाच्या आशेनं गाव सोडलं नव्हतं. तिथल्या कडक मातीतून जे ओलं सुकं पिकलं त्यावर समाधान मानलं होतं.

मुंबईहून परतणाऱ्या बेकार कामगारांची रिकामी डोकी मनातून धगधगत होती. ते बघून मला नेहमीच धास्ती वाटायची. रिकामं मन सैतानाचं माहेरघर असतं. अशीच धास्ती गोव्यात खेड्यालगतच्या पारांवर, चौथऱ्यांवर, कट्ट्यावर बसलेल्या तरुण बेकारांचा समुदाय पाहताना वाटते. मंदिरासमोर, पिंपळकट्ट्यावर, पसरेकराच्या पसऱ्यासमोर, पावभाजीच्या गाड्याजवळ असे तरुण सर्रास आढळतात.

त्यांच्या टाइट जीन्स, पँट्स, शूज, टी शर्टस किंवा फक्त बोंगो पँट्स आणि त्यावरचा बनियन किंवा वरचा भाग संपूर्ण उघडा. अशा वेषानं जे सहज ओळखू येतात. तोंडाला पीठ, हळद लावून गोरे दिसण्याचा प्रयत्न केलेला असतो. त्यावर पावडरचा थर असतो. पाणी लावून लावून केस फुलारलेले असतात. बेकार असले

तरी ते असतात 'सलमान खान, आमिर खान, चंकी पांडे'...आणि सदा त्याच आविर्भावात ते जगत असतात. हे नुसते बेकार नसतात, तर बेकार असूनही 'हिरो' समजणारे बेकार असतात. दहावीची परीक्षा कशीबशी पार पडलेली असते. अकरावी हवेत तरंगत सावरून गेलेली असते. बारावीत गाडी अडकलेली असते. एकदा, दोनदा, तीन वेळा प्रयत्न करून नादच सोडलेला असतो. त्यानंतरच हे 'हिरोपण' जडलेलं असतं. नोकरी हवी असते. पण सरकारी, मर्ग किंवा एम.आर.एफ.सारख्या कंपनीची बस न्यायला यायला हवी असते. इतर प्रायव्हेट कंपन्यांत नोकरी करण्यात रस नसतो.

खरंतर गावात इलेक्ट्रिशियनची गरज असते. वायरमन, फिटर हवा असतो. टी.व्ही., रेडिओ, मेकॅनिकची गरज असते. प्लंबर हवा असतो. एखादं इस्त्रीचं दुकान हवं असतं. भेळपुरी, रगडा पॅटिसचा चटकदार गाडा हवा असतो. छोटं कँटीन, पानाचा ठेला, आरामात चालणार असतो. घरगुती कोकमं, पापड, आलेपाक वड्या, आंबेवड्या, टूरिस्टना आवडणाऱ्या असतात. हे सर्व या तरुणांना करणं सहज शक्य असतं. पण हे सर्व त्यांच्या पोझिशनला न शोभणारं असतं.

'पोझिशन?'

त्यांची त्यांनीच त्यांना बहाल केलेली पोझिशन!

त्यांचा जन्म खोपटीतलाच. आई, बाप कष्ट करणारे. हाडं मोडेपर्यंत राबून हा पोरवडा वाढवणारे आई, बाप मिळेल ती कामं करत असतात. त्यांचा जन्म भाटकारशाहीशी लाचारी करण्यात गेलेला असतो. आजे, पणजे दीनवाणीपणे भाटकराच्या दारात उभे राहिलेले असतात. त्यांच्या चाबकांचा मार खाल्लेला असतो. भाटकरानं दया करून दिलेल्या जागेवर एक खोपटी उभी झालेली असते. त्या खोपटीपायी जन्मभर लाचारी पत्करलेली असते. तीच गादी दुसरी पिढी चालवते. भाटकराच्या भाटांत पुरुष खपत असतो. माडांना खत-पाणी घालत असतो. कुळागर शिंपत असतो. कंबरेला कासटीऐवजी, अर्धी चड्डी चढलेली असते. घरची स्त्री भाटकराच्या घरची वावराडी म्हणून अखंड राबत असते. पाच रुपये पगार आणि परातभर भातावरचे पळीभर हुमण, पेजेच्या निवळीचे तांब्याभर पाणी... एवढ्यावर मरेपर्यंत त्या स्त्रीनं वावराडीपण केलेलं असतं.

सारवणं, वाळवणं, कुटणं, वाटणं हे करण्यात बरगडीच्या फासळ्या वाकलेल्या असतात. घरी पोरवडा वाढलेला असतो. एका आशेनं ती स्त्री पोरं वाढवत असते. देवाची देणगी म्हणून त्यांना पदराखाली घेत असते. घासामधला घास भरवत असते.

आता गोऱ्यांचं राज्य नसतं तर, गोयंकरांचं राज्य आलेलं असतं. साक्षरताप्रसाराचं युग आलेलं असतं. खोपटीमधली पोरं शाळेत जातात याची अपूर्वाई असते. पोरं

शिकून भाटकराच्या पोरांसारखी तालेवार बनतील आणि खोपटीचे पांग फिटतील, या आशेवर आई, बापांच्या कष्टांना बळ चढतं. सोशल वर्कर 'बाय' झोपडी फिरून बायांना धडे देते, स्वच्छतेचे, बालसंगोपनाचे, नव्या जीवनाचे.

खोपटी आशेनं फुलारते व इथून खोपटीतल्या पोरांमधून नवीन 'हिरो' जन्माला येतात.

गोऱ्यांच्या राज्यात भीती होती. बडगा होता. पण शिस्त होती. नव्या राज्यात फक्त स्वप्नं होती, झोपडीचा राजवाडा करण्याची स्वप्नं. अवचित श्रीमंत होण्याची स्वप्नं!

शेतकऱ्यांचं राज्य आणायची स्वप्नं!

नेतेमंडळी भाषणांमधून आश्वासनांची खैरात करत होती.

स्वप्नांची खैरात करत होती.

ते नेते नव्हतेच, स्वप्नांचे सौदागर होते.

त्या नेत्यांचीही अनेक स्वप्नं होती.

पंचतारांकित स्वप्नं. समुद्र महालाची स्वप्नं!

ती स्वप्नं पूर्ण होण्यासाठी ते आधी करत होते या वाड्यांवर स्वप्नांची मुक्त उधळण.

खोपटीमधली तिसरी पिढी फुल पँटमध्ये, टाइट जीन्स-कुडत्यामध्ये पोचली होती. डोकीवर केसांचं जंगल वाढवत होती. लॅक्मे, पॉण्ड्सचे थर चेहऱ्यांवर चढवत होती. पोरांचा खर्च आई-बाप बिनतक्रार सोसत होते. न पेक्षा आडदांड वाढलेली पोरं हात उगारणार होती. माथं भरकटून झेलपाटणार होती.

थकलेले आई-बाप कष्टांचे ठेले उचलत होते. नारळाचे पाडप करत होते. रस्त्यावर खडी वाहत होते. आई वावराडीपणा निभवत होती. समजूतदार बहिणी कामं करत होत्या आणि हिरोमंडळी आपसूक पोसली जात होती.

त्यांचं स्वप्नं उराशी घेऊन ते नाक्यानाक्यावर उभे झाले होते. सिनेमातले आमिर खान, सलमान खान, गोविंदा, मिथुन सारे असेच वागत नव्हते? आई-वडिलांच्या शिस्तीच्या बडग्याविरुद्ध निषेध नोंदवून घर सोडत होते. त्यांना लगेच 'हिरॉईन' भेटत होती. लगेच सायकल, स्कूटरवर द्वंद्वगीत गायलं जात होतं. काश्मीर, नैनीताल, सिमला, दार्जिलिंग किंवा रेगिस्तान सारं त्यांच्या हातचा मळ होता. बघता बघता त्या हिरोचं घर उभारलं जात होतं. गुंडांशी मुकाबला करताना तो एकटा हिरो सर्वांना पुरून उरत होता. त्याच्या जखमा आपसूक बऱ्या होत होत्या. जमीनदारांच्या मुली त्यांच्यावर जीव टाकत होत्या.

हे सारं सिनेमांत घडत होतं. खरोखरच बघता बघता आमिर खान, सलमान खान, मिथुन करोडपती बनले होते. सिनेमांत दाखवलेलं खोटं थोडंच होतं?

इकडे जे नेते बनले होते ते पण काल-परवा यांच्यासारखेच नाक्यावर उभे राहताना यांनी पाहिलं होतं. कुणी बार रेस्तोरां चालवत होतं.

त्यांचाही जन्म अशाच वाडीतल्या एका खोपटात झाला होता. बघता बघता त्यांचे ग्रह बदलले होते. चार वाक्यं धडपणानं बोलू न शकणारे काल-परवाचे वाडीत राहणारे... आज नेते होते.

पुढं-मागं पायलट कार्स –

पी.एं.चा ताफा-

लाचारांचा तांडा-

या नव्या रूपात ही कालची माणसं म्हणजे आजचे नेते होते. विमानानं प्रवास करत होते. आलिशान बंगल्यांत राहत होते. 'पंचतारांकित'मध्ये शिणवटा काढत होते. परदेशात मानवंदना घेत होते.

हे सारे चमत्कार, वास्तवात आजूबाजूला नुकतेच घडले होते. कालपर्यंत त्यांच्यात वावरणारा नेता, आता सर्वांचा भाग्यविधाता बनला होता. कुणाच्या जन्माचं भलं करणं वा कुणाला संपवून उद्ध्वस्त करणं हा एक खेळ होता.

'इतरांना जे सहज जमलं, ते आपल्याला का जमणार नाही?' आई-वडिलांना ते अशक्य वाटतं. कारण मुळातच ते दुबळे, लाचार आहेत. भव्य स्वप्नं त्यांनी कधी पाहिलीच नाहीत. पण 'आपण जे म्हणू तेच घडणार आहे' या विश्वासावर हे 'हिरो' बिनधास्त आहेत. भविष्यावर त्यांचा विश्वास आहे. आई-वडिलांचं सांगणं, वागणं त्यांना बूर्झ्वा वाटतं. देव देव करीत, देवाला प्रसाद लावत भटाच्या पाया पडत जाणारी आई-बापांची पिढी त्यांना दयनीय वाटते. देव ते मानत नाहीत. जत्रा-पालख्यांना हजेरी लावतात पण मौजेसाठी, रथासमोर नाचण्यापुरते. नरकासूर करण्यात, गणपती सजवण्यात, शिगमोत्सवात बेभान होऊन ते रंगतात. तिथेच दाटलेली सारी शक्ती वापरता येते. मनसोक्त नाचता येतं. वार्षिक नाट्योत्सवात अभिनय करता येतो. मनमोकळं गाता येतं. कलावंत म्हणून कौतुक होतं. पण त्यानंतर सारं सामसूम होतं.

आपल्या दारिद्र्यरेषेमधून वरच्या रेषेला पोचण्याच्या मधल्या टप्प्यात जे कष्ट करायला हवे असतात, त्या टप्प्याकडे नजर टाकण्याचंही धैर्य त्यांना नसतं. त्या मधल्या टप्प्यावर पाऊल न ठेवताच त्यांना वरच्या टप्प्यात पोचायचं असतं. त्यासाठी करायला लागणारे कष्ट त्यांना नजरेसमोरही नको असतात. इतर अनेकांना जे सहज जमलं ते त्यांनाही जमणार असतं. शिक्षणावर, देवावर, संस्कारांवर आता त्यांचा भरवसाच नसतो.

असे हे हिरो नाक्यानाक्यावर उभे असतात. बसमधून जाताना सहज जरी नजर टाकली तरी हे दृश्य सहज नजरेस पडतं. मन विषण्ण होऊन जातं. समाजाची एक

शक्ती, असा हा युवा भाग असा निष्क्रिय आणि स्वप्नांत रमलेला. त्यांना काम हवं आहे. परिस्थितीत बदल हवा आहे. खरोखरच हिरो बनायचं आहे. नेता बनायचं आहे. गरिबीवर मात करायची आहे. पण ते करताना मधला एक टप्पा अंधारात आहे. तो त्यांना कुणीतरी दाखवायला हवा आहे.

त्यांना सांगायला हवं आहे की जे चकाकतं ते सारं सोनं नाही. अवचित लाभलेलं हिरोपण किंवा दैवयोगानं लाभलेलं नेतेपण... टिकणारं नसतं. अवचित आलेली श्रीमंती सुखानं झोप लागू देत नाही. अन्न गोड लागू देत नाही.

त्यांचे आजे, पणजे, आई-वडील कष्टावर जगले.

त्यांवर पिढ्या वाढल्या...

म्हणून कष्ट हीच खरी साधना...

शिक्षणासाठी, जगण्यासाठी, कष्ट हवेत...

तरच जगण्यात आनंद...

पण हे समजून सांगणार कोण?

म्हणूनच या 'हिरों'ची रांग वाढतेच आहे. कोपऱ्याकोपऱ्यावर चौकाचौकांत उभे असणारे 'हिरो' क्रांतीची ललकारी देत नाहीत... तर भयावह थंड, बधिर, गोठलेली अवस्था जाणवून देतात. कालांतरानं हे 'हिरो' खलनायक तर बनणार नाहीत?

एक नव्हे अनेक खलनायक...

स्वप्नं उद्ध्वस्त झालेले खलनायक...

सुडानं पेटलेले...

◆

▌ सोयरा

माणूस जन्मल्यापासून माणसांशी नातीगोती जोडतो. रक्ताची, भावनेची, मैत्रीची, व्यवहाराची. या नात्यांची स्वरूपं वेगळी पण माणसानं स्वत:ला नातेसंबंधात असं जखडून घेतलं नाही, तर त्याला जगणं असह्य होईल. म्हणून तो अधिकाधिक नात्यागोत्याच्या लव्हाळ्यात गुरफटत असतो. खरंतर 'मुक्त' होण्यासाठीच आहे हा सारा मायाजाळ. पण माणसाचा प्रवास मात्र बद्ध, अधिक बद्ध होण्याच्या दिशेनंच चालला आहे.

भरत नावाचा ऋषी साधनेसाठी वनात गेला, पण एका अश्राप हरणाच्या पोराच्या मायेत गुंतून गेला. म्हणून तो 'जडभरत' बनला.

परवाच पाँडिचेरीला एक साधक भेटली. ती होती सयाजीरावांची पणती. "तू इथे कशी रमलीस? राजप्रासादात जावंसं वाटत नाही?"

या प्रश्नावर उत्तर देताना ती म्हणाली, "छे! त्या वैभवात माझं मन रमत नाही. मी पाँडिचेरीत इतकी बांधली गेलेय की, याच्याबाहेर गेले तर मी जगू शकणार नाही."

म्हणजे या परिवाराशी ती 'बद्ध' होती. 'मुक्ती'साठी साधना करणारी माणसं पुन्हा बद्ध होतात ती अशी! आणि अशाच एका सोयऱ्यात माझंही मन बद्ध होतंय का अशी भीती अलीकडे माझी मलाच जाणवते. आजवर अनेक माणसं भेटली, दुरावली, सुखदु:खाच्या पलीकडे मन पोचलं आणि अवचित हा 'सोयरा' भेटला. सखा, सोबती असणारा हा उंच पिंपळवृक्ष!

तीस वर्षांनी, जुनं घर उघडलं. उघडताना उंच दरवाजे करकर वाजले.

परसदारात वाळल्या पिंपळपानांचा खच पडलेला. ती जीर्ण पिंपळपानं की आपली वाया गेलेली, जीर्ण झालेली वर्षं? मी मागचा दरवाजा बंद केला. खिडकी उघडली. जाळीमध्ये अनेक वाळली पानं लटकत होती. कितीतरी दिवस फक्त ती पानं पाहण्यातच गेले आणि रात्रीच्या नीरव शांततेत ती अखंड पानांची सळसळ.

रात्रीचाच अखंड असा तो एक नाद-घोष. त्या पिंपळपानांनी विंझणवारा घालून घालूनच साऱ्या साऱ्या जखमा भरून काढल्या का?

आभाळाला उंच भिडून थोडा कलता झालेला तो पिंपळवृक्ष जवळजवळ दोनशे वर्षांपूर्वीचा आहे. फांद्यांच्या फटीतून पांढरे आभाळ ठिपके दिसतात. जाडजूड बुंधा आणि या वृक्षावर आणखी चार-पाच जातीची झाडं बांडगुळं बनून आरामात जोपासली गेली आहेत. चिंचेसारखी बारीक पानं, मधुमालतीसारखी लांबट पानं, कोणती तरी रानवेल अशा वेगळ्या पानांवर चमकणारी सोनेरी, कोवळी पिंपळपानं दिवसभर उन्हात लखलख करत असतात. दुपारी चारच्या सुमारास, वरच्या कटामगाळीतून भल्या मोठ्या वानरांचा जथा डोंगर उतरून पिंपळवृक्षावर उतरतो आणि तिथूनच मंदिराच्या परिसरात धुमाकूळ घालून पसार होतो. परवा माकडांची तान्ही पोरं फांद्यांना अशी चिपकली होती की बघत राहावं. चारी हातांनी फांद्या गच्च पकडून तोंडानं लुसलुशीत पानं चावून फेकून साऱ्या अंगणभर चोथा टाकला होता. पण पिंपळ शांतच.

आपल्या अंगावर दिमाखानं मिरवून घेणारी ती सोनपिवळी पानं जीर्ण झाली तरी कधी?

पिंपळ विस्मयानं ती गिरकत, खाली जाणारी पानं बघत असतो. काल-परवाच तर सर्वांगानं धुमारे फुटून त्यांमधून हे लसलसते कोंब बाहेर आले होते. या कोवळ्या अंकुरांनी सारं अंग भरून गेलं होतं. नव्हाळीनं सर्वांग व्यापून गेलं होतं. आधीची यांची कोवळी थरथर आणि त्यानंतर एकावर एक आपटत त्यांनी अखंड केलेला नादघोष! त्या नादाच्या लयीतच मनानं समाधी अवस्था भोगलेली होती आणि एवढ्यात ही जीर्ण होऊन, खाली उतरायला पण लागली?

एक आवर्तन पूर्णही झालं?

जगण्याचं आणि मरण्याचं?

मीलनाचं आणि चिरविरहाचं?

विरह?

की काही काळापुरती ताटातूट?

पुन्हा हे कोंब जन्म घेणारच आहेत.

पुन्हा नव्या आविष्कारानं भेटणारही आहेत.

गिरकत खाली उतरणाऱ्या पिंपळपानाकडे सोयरा ममतेनं पाहत असतो. जुनी

जीर्ण वस्त्रं उतरवून नवीन धारण करणार असतो. पानांच्या भिरभिरण्याचा अर्थ पिंपळ जाणून असतो. खाली उतरणाऱ्या पानांना तो आशीर्वाद देतो.

'शुभास्ते पंथान: सन्तु!'

ना खेद ना खंत अशा अवस्थेत तो आता पोचलाय. या झाडांना जीव असतोच, भावनाही असतातच. घरालगत वाढणारा माड, अधिक लवकर पोसावतो. कारण जवळपास माणसांचं राहतं घर असतं. माणसांच्या परसातली केळ किती लवकर 'लेकुरवाळी' बनते.

पण माणसापेक्षा वृक्ष अधिक लवकर स्थितप्रज्ञ बनतात. त्यांची मुळं धरतीत आणि संवाद आभाळाशी होत असतो. ज्यांचा संवाद अथांग असीम आभाळाशीच फक्त होतो, ते वृक्ष मग स्थितप्रज्ञच बनतात. धरती आणि आभाळाच्या कवेमधले वृक्ष, त्यांच्याप्रमाणेच स्थिर आणि संन्यस्त बनतात.

'जो खांडावया घाव घाली,'

किंवा 'लावणी जयाने केली...'

त्या सर्वांना सावली, फळं, फुलं देणारे वृक्ष ज्ञानदेवांनाही मोह पाडून गेले. बोधिवृक्षातळीच, सिद्धार्थचा 'बुद्ध' बनला आणि असाच स्थितप्रज्ञ पिंपळ आपला सोयरा बनावा, यापरतं भाग्य ते कोणतं?

त्याच्या फांद्या चारही दिशांना पसरल्या आहेत. आभाळ कवेत घेण्यासाठीच तर ही साधना मांडली नसेल? आभाळ कवेत घेण्यासाठी साधना मांडता मांडता जणू तोच आभाळ बनला आहे. कारण आभाळाचे सारे रंगच त्याच्या पानापानांवर उतरलेले आहेत आणि त्याच्यात वृत्तीही आभाळाचीच व्यक्त होत आहे.

त्याचं वय आता २०० वर्षं आहे, असं गावकरी सांगतात. दोनशे वर्षांत त्यानं काय काय पाहिलं नसेल? आजूबाजूची मंदिरं, तिथले उत्सव, जल्लोष, शिमग्याच्या ढोलांचे 'कटर धडम' आवाज, तिथे लागणारी लग्नं, हाती हिरवा चुडा, गळ्यात रुळणारं मंगळसूत्र, केसात फुलणाऱ्या जाया, मोगरी, सुरंगी आणि हातातलं ओटीचं ताट सावरत चालणाऱ्या नववधू. त्या पिंपळालगतचं गाव, बदलणारी माणसं, त्यांची नाटकं! सारं हा सळसळत बघत उभा आहे. जत्रेत मंदिर परिसर लखलखून उठतो, पण हा अंधारातच!

त्याच्या पारावर लहानगी देवळी आहे आणि पाराच्या भल्या मोठ्या खोडात प्रचंड मोठा नागदेव आहे. देवळीतली दगडाची नागाची मूर्ती पाचोळ्यानं झाकून गेलेली असते. पौष महिन्याच्या चारही सोमवारी मात्र या नागदेवाची सालंकृत पूजा होते. आजूबाजूची चार घरं, चार सोमवार वाटून घेतात. नारळ, गंध, फूल पाराला वाहतात आणि दररोज संध्याकाळचा दिवा त्या पिंपळाकडे वात करूनच पेटवला जातो.

तो वृक्ष रक्षक असतो, गावाचा! परवा भरउन्हात झाडाच्या ढोलीत राहणारा नागदेव चकचकत झाडाला लपेटलेला दिसला आणि धन्य वाटलं. अशा या जीर्ण सोयऱ्याची सोबत सुखावह आहे. आजूबाजूला डोंगर आहेत. किर्र दाट झाडं आहेत. नागदेव, देवचारांची वस्ती आहे आणि त्या निश्चल देखण्या चित्रावर अखंड सळसळ आहे ती या पिंपळाची!

सृष्टीचं अमूर्त चैतन्य व्यक्त करणारा पिंपळ! आजवरच्या जोडलेल्या साऱ्या नात्यांचा फोलपणा जाणवून देणारा पिंपळ! माणूसही धरतीचाच पुत्र व आभाळाच्या छताखालीच वाढणारा... पण धरती किंवा आभाळ यांच्या मधला कोणताही अंश माणसात कसा येत नाही? कारण माणूस फक्त स्वत:कडे पाहतो. धरती आभाळाकडे त्याचं मुळी लक्षच नाही? म्हणून माणूस असा खुजा-खुजा होत चाललाय. तो विनाशाकडे जातोय का, या विचारानं मन उदास होतं, पण त्याला माझा हा 'सोयरा'च उत्तर देतो.

सारं जग विनाशावर तरंगत होतं तेव्हा...
एकच पिंपळपान तरंगत होतं,
असत्यावर मात करून...
सत्य ठामपणे आकार घेत होतं.

असं पिंपळपानावर 'सत्य' जपणारा पिंपळ हाच खरा सोयरा असतो. जीवनाचा गाभा उकलून दावत तोच आत्मविश्वासानं जगण्याचं बळ देत असतो.

जीर्ण, पुरातन पिंपळ?

अहं! 'सोयरा'.

◆

मनमोकळी... ∎

स्त्री आणि मनमोकळी? हे दोन एकत्र भेटणे, तसे अवघडच. आधी माणूस समजणे कठीण. त्यात स्त्रीचे मन समजणे खूपच कठीण! पुरुषापेक्षा स्त्रीच्या जीवनात बरीच स्थित्यंतरे घडतात. तिचे बालपण, तारुण्य, माहेरातून सासरी पदार्पण, मातृत्व, वार्धक्य... अनेक बदलांतून ती जात असते. कधी अल्लड, कधी भावुक, कुठे गंभीर, कधी करुण अगतिक, कुठे अत्यंत कठोर, कधी तृप्त! अशी अनेक रितीने ती जीवनाला सामोरी जाताना आढळते. स्वतंत्र लोकशाही राज्यघटनेने तिला समान दर्जा दिलेला असतो खरा, पण बहुतेक वेळा स्त्री मात्र कुटुंबात किंवा समाजात दुय्यम स्थान पत्करूनच जगत असते. पण या सर्व तुलनेत गोमंतकीय स्त्री मात्र अथपासून इतिपर्यंतच्या सर्व अवस्थांमध्ये खूपच मनमोकळी वागताना आढळते. तिच्या माहेर अगर सासरच्या कुळामध्ये तिचे अस्तित्व मनमोकळे असते.

गोमंतकीय स्त्री लौकिक अर्थाने सुंदर नाही. सौंदर्याच्या ज्या व्याख्या स्त्री स्वरूपाबाबत मानल्या जातात, तशा अर्थाने ही स्त्री सुंदर नाही. नाक, डोळे, जिवणीत रेखीवपणा नाही. नाजूकपणाही नाही. फक्त सुंदर असतात ते तिचे लांबसडक, काळेभोर केस आणि उजळ गोरा रंग! उंच सडसडीत बांधा. शक्यतो रंगीत फुलांच्या डिझाईनच्या साड्या, मॅचिंग ब्लाउज, एका हातात भांगराची कांकणे, कानात मोठ्या रिंगा किंवा कुडीजोड. एका खांद्यावर पिन लावून व्यवस्थित बसवलेला लांब पदर, पाठीवर रुळणारी लांबलचक वेणी, वेणीत फूल नाहीतर गजरा. गळ्यातून पोटाला पोचेपर्यंत लांब रुळणारे मंगळसूत्र किंवा चेन. खांद्यावर लटकती पर्स. त्यामध्ये फुलाफुलांची छत्री! या वेषात आजची आधुनिक गोमंतकीय

स्त्री वावरते आहे. ती नोकरी करते. नर्स असते, शिक्षिका असते, सरपंच असते, समाजसेविका असते किंवा राजकारणात हिरिरीने भाग घेते.

लग्न समारंभातल्या बुफे पार्टीत किंवा लायन-रोटरीच्या कार्यक्रमात कुठेही ती असो, एक गोष्ट मात्र नक्की, की ती खूप मनमोकळी असते. तिच्या वागण्यात बोलण्यात भित्रेपणा अगर दडपण अजिबात जाणवत नाही. अगदी निकोप, सहज स्वभावाने ती समाजात वावरत असते.

आणखीन जाणवणारी महत्त्वाची गोष्ट अशी की ती स्वत:च्या व्यक्तिमत्त्वाबद्दल खूपशी जागरूक आहे. लग्न झाले की स्त्रीची स्वत:मधली आस्था कमी होते. आपले कपडे, वागणे, बोलणे यांबद्दल ती उदासीन होते. पण गोमंतकीय स्त्री मात्र सदैव जागरूक असते. कसेतरी बेंगरुळासारखे राहणे तिला चालत नाही. कपड्यांबाबत तिची निवड चोखंदळ असते. तिची स्वत:ची खास आवडनिवड असते. दागिने मोजूनमापून पण मोजकेच ती कटाक्षाने वापरते. कुठेही जाताना आपण नीटनेटके असावे ही तिची आवड आजची नव्हे तर लहानपणापासूनच. साधे दुकानावर जिरे, मोहरी आणायला जातानासुद्धा विंचरलेल्या केसांत दसणी नाहीतर कण्हेर माळल्याशिवाय ती कधीच गेली नाही. चवथीला, जत्रेला नवे कपडे हट्टाने व हक्काने तिने वसूल केले, तिच्या या आग्रही भूमिकेतूनच आपल्या कुटुंबकबिल्यात तिला एक स्थान आहे. ते तिने मिळवलेले आहे.

ती मिळवती असो वा गृहिणी, ती आपले स्थान मनमोकळेपणाने उपभोगत असते. तिचा पगार, तिचा पॉकेटमनी, तिचे निर्णय हे फक्त तिचे ती घेत असते. त्यांसाठी तिला घरच्या पुरुषांच्या तोंडाकडे पाहावे लागत नाही. तिच्या भिशीच्या पार्टीत, तिच्या माहेरच्या गोतावळ्यात, मैत्रिणींच्या घोळक्यात तिची ती स्वतंत्र असते. ऑफिसमधल्या सहकाऱ्यांशी ती मोकळेपणाने वागत असते. याचे मूळ कारण हे असावे की गोमंतकीय माणसे कुटुंबवत्सल आहेत. घरचे पुरुष आपल्या व्यापार उद्योगांत मग्न असतात. आपली नोकरी करून वेळेवर घरी येणे व मग त्यानंतरचा वेळ, सुस्सेगादपणे घरात बसणे, ही सर्वसामान्य प्रवृत्ती! स्वत:ला त्रास करून घ्यायचा नाही, तेव्हा ओघानेच इतरांना त्रास न देणे हे स्वभावात येते. माझ्या घरालगतचे सारे पुरुष वेळेवर आपल्या कामांवर नोकरीवर निघून जातात. पण जाण्यापूर्वी त्यांनी घरी मासळी, बाजार आणून टाकलेला असतो. त्यानंतर घरात स्त्री-राज्यच असते.

प्रत्येक घरात कामाला, स्वयंपाकात मदत करायला वावराडी असते. नोकरी करणारी स्त्री कुठून ना कुठून घरकामासाठी एखादी पोरगी पैदा करतेच. मग त्यासाठी ती कारवारला धावेल. तडजोड करेल आणि एकदा अशी मुलगी घरात आली की तिची पुढची दोन वर्षे निश्चिंतीत जाणार असतात. घरदार, मुले,

स्वयंपाकघर सारे त्या पोरीवर सोपवून ही मनमोकळी होते. घरचे, मुलांचे आवरून स्वत:कडे अधिक लक्ष पुरवायला ही मोकळी होते.

अशी आहे आजची आधुनिक कमावती स्त्री! आजही अनेक घरे एकत्र कुटुंबपद्धतीने राहतात. अशा घरांत मात्र ही अधिक मोकळी पण अधिक जबाबदारीने वागते. आपल्या कामाचा वाटा बिनतक्रार उचलते. नोकरी न करणाऱ्या जावेला समजून घेते. इथले स्त्री व पुरुष शक्यतो इतरांना त्रास न होऊ देता जगण्यात आनंद मानतात.

नवऱ्याचे ऑफिस जवळपास असेल आणि तो जर संध्याकाळी घरी हिच्या आधी पोचत असेल, तर घरी येऊन, चहा घेऊन हा स्कूटर घेऊन बसथांब्यापाशी तिची वाट पाहत हमखास उभा असतो. नव्हे, त्याने उभे असावे ही तिची आज्ञा असते. बस थांबताच एखाद्या सम्राज्ञीच्या अभिनिवेशात ती उतरते आणि स्कूटरच्या मागे आसनस्थ होते. स्कूटर चालू होताच तिचे तोंडही चालू होते. ऑफिसच्या सहकाऱ्यांच्या गजाली, घरची चौकशी असे सारे मोठ्या आवाजात सुरू असते. स्कूटरही चालू असते. कुठे दुकानापाशी थांबून काही घ्यायचे असेल तर ती ऐटीत सांगेल. 'थांब रे, अपना बझारमधून चहा घेऊन ये.' तोवर ही भाजी खरेदी करेल. आणखीन बाजार धुंडून स्वत:ची वस्तू घेईल. चहाचा पुडा घेऊन तो तिची वाट पाहतो आहे, याची खूप वेळाने तिला आठवण येईल.

या सर्व मोकळेपणाचे कारण घरी असणारी सधनता. भात, नारळ, काजू, सुपाऱ्या, आंबे यांच्या जोडीला घरचा उद्योगधंदा. आईसुद्धा कृतार्थ गृहिणी. तशीच ही पण.

आधुनिक असो वा ग्रामीण. गोमंतकीय स्त्रीने आपले व्यक्तिमत्त्व वेगळे असे जपलेले आहे. खोपटात राहणारी कष्टकरी स्त्री असो, पण संसारात तिचाच वरचश्मा असतो. नवऱ्याचा मार खाऊन कुढणारी स्त्री इथे क्वचित दिसेल. नवऱ्याच्या मागे पोराबाळांचा राडा ओढत परिस्थितीशी सामना करून जगू पाहणारी स्त्री नाईक, गावडी, फट्टे समाजात अधिक आढळते.

भाटकराघरच्या तालेवार स्त्रियासुद्धा ठेवणीतले कपडे नेसून, भांगर घालून फुले माळून हळदी-कुंकवाला, लग्न समारंभांत दिसतात. त्यादेखील तृप्त असतात. नवऱ्याने त्याच्या तरुण वयात रंग उधळलेले ती समजून असते. पण ती वेळ तिने निभावून नेलेली असते. त्याचे वाकडे पाऊल आपल्या घट्ट पावलांनी जागेवर आणलेले असते. दीर, सासरे सर्वांशी अदबीने वागून का असेना आपला संसार तिने राखलेला असतो.

मुळातच इथे स्त्री-पुरुषांचे संबंध मोकळे आहेत. शाळा-कॉलेजातील मुले-मुली, गावांमध्ये एकत्र वाढणारी मुले, हौशी कलावंत, नवोदित लेखक, कवयित्री

यांचे एकमेकांशी वागणे मनमोकळे असते. त्याचा बाऊ केला जात नाही. हे मला विशेष वाटते. कदाचित सभोवतालीच वावरणारा ख्रिश्चन समाज, वातावरण, कदाचित पाश्चात्त्य पद्धतीची राजवट यांचा परिणाम या समाजावर झाला असावा. कदाचित डोंगर-रानात राहण्यातून हा नैसर्गिक परिणाम असावा. कदाचित घरच्या सधनतेचा परिणाम असावा...

कारणे कोणतीही असोत, मनावर कोणतेही दडपण न घेता मनमोकळ्या निकोप वृत्तीने वावरणारी गोमंतकीय स्त्री पाहणे हा एक आनंदाचा भाग असतो. हिंदू असो वा ख्रिश्चन स्त्री, ती धार्मिक आहेच. संसारी आहे. मिळवती आहे. म्हणूनच अधिक 'मनमोकळी' आहे. वेळप्रसंगी कायद्याची भाषा बोलेल पण तशीच कुलदैवताला श्रद्धाळू मनाने प्रसादही लावेल. घरची सारी सूत्रे आपल्याच हाती ठेवून संसाराच्या कक्षेत ती मनमोकळी वागेल. आपले स्त्रीधन आपले आपण जपावे हे जेवढे ती जाणते तेवढेच घरची व्रते, पूजाअर्चा यांचे पालनही ती काटेकोरपणाने करेल. असे तारतम्य बाळगून जगण्याची कला मिळवणे यातच तिच्या मनमोकळ्या स्वभावाचे रहस्य तर नसेल?

◆

गाणारी झाडे

अलीकडे या गावांतून कसे शांत शांत वाटते. गाव तेच, घरे तीच, माणसेही तीच आहेत. गावालगतची मंदिरे, पिंपळ, आंबेही तसेच आहेत. अजूनही हिरव्यागार शेतांवर बगळ्यांच्या माळा उडतात. बांधावरचे माडही खाऱ्या वाऱ्याने घुसळत असतात. तीस वर्षांत गाव बदलले नाही; माणसेही. तरी या गावात काहीतरी कमी आहे. पूर्वी गावालगतच्या सड्या रस्त्यावरून कदंबा बसेस धावत नव्हत्या. स्कूटर्सचे आवाज नव्हते.

शहरात जायचे तर मावशीबायच्या तिठ्यावर उभे राहायचे. तरुण गोप्या मावशीबायला न्याहाळतच ग्राबेलच्या पितळी कारेदची वाट पाहत वेळ काढायचा. रणगाड्याचा आवाज यावा तशी ग्राबेलची मोटार आवाज देत यायची.

'राव रे. भाटकार्न आसा.'

खर्रकन लागलेल्या ब्रेकाने करकरत आवाज दिला की, खालच्या माणसांना बसमध्ये कुठे चढावे व कुठे उभे राहावे, हे समजण्याआधीच त्यांना कंडक्टरने वर ढकललेले असे. ती बस बसण्यासाठी नसेच तर उभ्यानेच प्रवास करण्यासाठी असायची. आज ग्राबेलची कारेद गावात नाही. रणगाड्यासारखा तिचा आवाज, तिच्या करकरीत ब्रेक्सचा आवाज गावातून ऐकू येत नाही. तशा 'राव रे, वच रे' करत माणसे वाहणाऱ्या कंडक्टरच्या कर्कश शिळेवर पळणाऱ्या मिनी बसेस आहेत. पण 'भाटकार्न उभी आसा' म्हणून करकरत ब्रेक लावणारी ग्राबेलची कारेद, तिचा आवाज नाही म्हणूनच गाव असं शांत.

त्या वेळचा पोदेरही चित्रविचित्र कपडे घालून भल्या सकाळी यायचा. त्याच्या

हातामधली घुंगराची काठी, खुळऽ खुळ आवाज, टोपलीतल्या उंड्यांचा खरपूस वास...

आजही 'पोदेर गावात येतो. सायकलचा भोंगा वाजवत येतो. सायकलीमागे उंड्याची टोपली असते. पण माणसांना बेकरीमधले 'पॅक' ब्रेड हवेसे झाले तसे पोदेराचे उंडे व टोपली रोडावली. सायकलच्या हॉर्नमधली हवाच कमी झाली आहे.

लगतच्या शहरात आता फिश मार्केट, भाजी मार्केट आले. पूर्वी पायी चालत जावे लागायचे पण आता ऊठसूट कदंबा, मिनी बसेस थेट शहरात पोचवू लागल्या. स्कूटर्स, जीप्स, मारुती व्हॅनसुद्धा दारांलगत उभ्या राहिल्या. तसे त्यांचे आवाज गावाला ऐकू येऊ लागले. त्याबरोबर 'बागडे, पेडवे, कुरल्यो...'ची ललकारी देत शहरामधून सायकलवरून गावात येणाऱ्या नुस्तेकरांच्या आरोळ्या कमी झाल्या. दारी येणाऱ्या नुस्तेकरांचे नुस्ते घेणे मग कमीपणाचे झाले. तशा पाट्यावर बसणाऱ्या इझाबेला, मारिया, केसर, सोमती मोगरे या फट्टिणींची गजाल कमी झाली. आपल्या रोजच्या गिऱ्हाइकासाठी फळीखाली दोडियारा लपवून ठेवून तो येताच, बाहेर काढण्याची मजा कमी झाली. आपल्यासाठी प्रेमाने शेवट्याची गाथण जपून आणणाऱ्या इझाबेलासाठी कुळागरातली सुपारी पोवलीत बांधून नेण्याची देवघेव कमी झाली. गोव्यात खळखळणाऱ्या वाहाळाप्रमाणे हे खळखळणारे मोकळे भावबंध कमी झाले.

"भाटकरा, तुजी सून ढुवाळ्याची मरे? तिका दी. भाटकारनी बोरे, आंबट, तिकट, हूमण रांधून घाल, सुनेक. बरो, चलो जाऊनी घरांत."

असे म्हणत काळुंदराची गाथण आणून देणारी टपटपीत डोळ्यांची शेवंता आता गावात येतच नाही. घरची सून बाळंतीण झाली की फोगोट्यांच्या आवाजाने गाव विचारायचे,

"कोणा गेर? किते जाला?"

अमक्या तमक्याची सून बाळंतीण झाली, हे कळले की गाव सटीची वाट पाहायचे. कोणाच्या घरच्या सटीला कितलो सोरो, कितले नुस्ते अशील्ले, त्याची आठवण ताजी व्हायची. सारे गाव सटीला सोरा पिऊन पोटभर जेवून तृप्त व्हायचे. रात्री घरी जाताना वाहाळावरचे एकेरी बांबूचे पूलच मग डुलायला लागायचे.

आता शहरात हॉस्पिटल्स झाली आणि सटवाईवरचा विश्वास उडाला. फोगोट्यांचे आवाज बंद झाले. त्याऐवजी बर्थ डे पार्ट्या रंगू लागल्या. सालामधल्या गोल मेजाभोवती मद्याचे चषक किणकिणू लागले. 'चिअर्स'च्या या पार्टीतून गावंढे गाव दूरच ठेवले गेले आणि लायन, जेसी, रोटरीचे उबदार वातावरण घरच्या पार्टीला मिळाले.

गाव आता तुटक तुटक वाटते. पूर्वीचा एकसंधपणा गेला.

'किते रें?'

म्हणून हाकारणे गेले. त्याऐवजी अस्फुट हॅलो, हाय, मानेचे अभिवादन आले, गाव असे विझत विझत चाललेय.

आता बलकांवही सुने सुने वाटतात. घराचे उंच जोते चढून वर आले की बलकांव आहे. कुठे चौकोनी, कुठे लांबट आकाराचे, कुठे समोरासमोरचे बलकांव ही गोव्याच्या घरांची शानच आहे. घर केवढेही असो. बलकांव हे असणारच. प्रवेशद्वाराशीच भिंतीला लागून खुर्चीसारखे तांबड्या सिमेंटचे बलकांव, त्यांवर बसलेली म्हातारी माय हे दृश्य आजही दिसते. पण सारे कसे सुने सुने वाटते. लांबलचक व्हरांड्याच्या एका कोपऱ्यातले बलकांव म्हणजे घरी येणाऱ्या माणसाची बसण्याची केलेली सोय असावी. इथली घरे भली थोरली. पण दरवाजे सताड उघडे. खिडक्यांना गज नसतात. कुळागरामधले वारे घरांतून आरपार घुमत असते. कुणी पाहुणा चौथरा चढून घराच्या दरवाजात आला म्हणजे ती खबर आत पोचून घरकार बाहेर येण्यास सहज अर्धा तास लागत असे.

तोवर येणारा, कोपऱ्यातल्या बलकांवावर विसावलेला असे. थंड कोकमाचे सरबत किंवा कडक चहाचा ग्लास समोर आलेला असे.

हे बलकांव म्हणजे प्रतीक्षाघरच असे. तिथेच मुलांचा अभ्यास किंवा गावकऱ्यांची ऊठबस होत असते. गावातला फटूबाबा सहज म्हणून दामू शेटीकडे गेला, तर त्यांची गजाल बलकांवावरच रंगत असे. वैनीबायला साऱ्या गावची खबर बलकांवावर बसल्या बसल्या सहजच समजत असे.

संध्याकाळी मांडवावरच्या जाया, जुया, मोगरी, अबोलीच्या वेण्या बलकांवावरच घातल्या जात. रातच्या शिताच्या तांदळाची सुपे या बलकांवावरच फडफडत, घरच्या स्त्रियांचा राबता बलकांव हे स्वयंपाकघर इथेच असे. बलकांव हे माध्यम. गावाशी संपर्क साधण्याचे आणि गावाशी जवळीक साधण्याचे.

आजही ती मोठमोठाली घरे आहेत. ओसऱ्या, बलकांव आहेत. पण सारे कसे शांत शांत जाणवते. कारण त्या घरांमधली कुटुंबरचना बदलली आहे. एकत्र नांदणारी कुटुंबे वेगळी झाली. नोकरीनिमित्त परगावी गेली आणि मोठ्या थोरल्या घरांत अगदी मोजकी माणसे राहू लागली. नोकरचाकरांचा पसारा कमी झाला. कुळांची ये-जा थांबली. जेवणाच्या पंगती रोडावल्या. सणवार मोजकेच उरले. गणपती विसर्जन आपापले स्वतंत्र होऊ लागले. घर, बलकांव, मागचे परसदार रिकामे रिकामे झाले. पाणी तापवायच्या चुलाणासारखा घराचा उत्साह विझत गेला. अशा घरांचे गाव शांत शांत राहू लागले.

घराच्या आजूबाजूचे बांधावरचे गाणारे माड एकदम मौन झाले. घरची सून गर्भश्रीमंतीचे नवोढेचे तेज लेवून बलकांवावर टेकलेली असे आणि सकाळच्या

वेळी रेंदेर माड चढत असायचा. घराचा जिना चढावा तसा तो माड चढत असायचा. नऊ वाजता सूर्यकिरणे झावळ्यांवर नुकती उतरत असायची. सुनेच्या नजरेत काल रात्रीची रंगलेली गजाल अजूनी रेंगाळत असायची. माहेरची आठवण मनात असायची. यानंतरचा सारा जन्म सभोवतालची झाडे पेडे तिची सोयरी होणार असायची. त्यात जीव गुंतावा कसा?

कंबरेला पटकूर गुंडाळलेला, उघड्या अंगाचा, काळ्या चकचकीत रंगाचा, शेलाटा, रेंदेर माडावर चढता चढता तिला न्याहाळत असायचा.

गोरीपान, अंगाने भरलेली, केस गळ्यात सोडलेली ती रूपवान स्त्री बघून त्याला कंठ फुटायचा आणि टीपेच्या सुरात तो कातर गायचा...

...'पैल्या रानांत, वैल्या रानांत काटा कै
काडतां रे पिला...
तातयां घाल्ली नास्ताना
काडतां रे पिला'...
'वरच्या रानांत काटा कै (पक्षीण)
पिलांना जन्म देते आहे'...

त्याच्या आवाजाने बलकांवावरचे स्वप्न भानावर यायचे आणि गाणाऱ्या माडांतच मग जीव गुंतायचा. तो माड, त्यावर दिवसातून तीन वेळा चढणारा रेंदेर आणि घरची सून यांची मग अनाम गट्टीच जमायची. कारणे शोधून शोधून बलकांवाकडे धावायचे. नऊ वाजता पारोशात असणारी सून बारा-साडेबाराला न्हाऊन-धुऊन मोकळी झालेली असायची, तिच्या गोऱ्या रंगाला शोभेल असं कापड, मानेवर भरघोस आंबाडा, त्यावर फुललेली मोगरी, गोल मनगटांवर भांगराच्या काकणांतून उठून दिसणारा ताशीव चुडा, चेहऱ्यावरून ओसंडून वाहणारे तेज, कपाळावरचे कुंकू, हातातल्या तांब्यातून तुळशीला पाणी घालत ती हळद-कुंकू वाहायची. ते तिचे रूप त्या किरिस्तांव रेंदेराला भुरळ घालून जायचे.

हातातल्या कातीने खाचा मारून पोवळीची धार धामण्यात पडावी, त्या सभोवतीचा दोर घट्ट करावा म्हणून तो भरदुपारच्या उन्हात माडावर चढलेला असे. उंच माडावरून आभाळ जवळ टेकलेसे वाटे आणि भातांची खाचरे जास्तीच हिरवी... पण अंगणात उभे असणारे लावण्य त्याचे भान हरपून टाकी. माडाला घातलेली पायाची मिठी, हातातली काती, झाडाला लटकणारे धामणे, पोवळी... हे सारे विसरून तो कातरां गायला सुरुवात करे...

...

...'मोग म्हंजे एक उत्तोर अपूर्वाईचे
सगळ्यांक ताजे फळ मोळतां

पून जाय त्या जाणात्
वरतोवतां ते विकाचे...
...'प्रेम म्हणजे एक अपूर्वाईची गोष्ट!
त्याचा आनंद सर्वांनाच कुठे मिळतो?
कित्येकांना, तो एक विषाचा प्याला ठरतो.'
...

ते ऐकताना तुळस नकळत डोलत असे आणि सुनेच्या मनाचे पाखरू माडावर पोचलेले असे. त्याच्या 'सूर' काढण्याच्या वेळा आता सरावाने समजलेल्या असतात. त्या त्या वेळी ती आसपास रेंगाळत राहते.

चार-साडेचारला त्याची तिसरी फेरी. या वेळी बलकांवावर बायकांची बैठक असे. अंगणात वाळवणे असतात. ओटीवर फात्या गुंतल्या जात असत. बलकांवावर सुपातल्या निवडण्यांतून गोरी लांबसडक बोटे फिरत असत. नजर माडावरून भिरभिरत असे.

...
...'वैर वैर वैर डोंगरांत
तुकं पाकलो आपयतां
पोरी पाकलो आपयतां
तांका मेळूक वच गे बाये
तो तुका रानांत रांवतां'...
...'वरच्या डोंगरांत
वरच्या डोंगरांत...
पोरी, तुला गोरा बोलावतोय
त्याला भेटायला जा गं पोरी
रानांत तो उभा आहे.'...

अशा कातरांतून छेडछाड सुरू असते. नव्या सुनेची मस्करी सुरू असते. त्याच्या कातरांतून गाण्यांतून चिडवण्यातून तिला बालपण भेटत असते. गावचा मैतर भेटल्याचा आनंद मिळत असतो. तिची आणि त्याची अबोल मैत्रीच जमते. त्याची येण्याची वेळ चुकली तर ही आतबाहेर आणि ती अंगणात नसेल तर याचे 'कातर' अधिकच आर्त...

दिवस पुढे सरतात. नवीन सून संसारात, पोराबाळांत रमते. तोही आता पूर्वीसारखा चपळतेने माडावर चढत नसतो. पण त्या त्या माडांवर एक एक गाणे कधी रेंगाळलेले असते. ती गाणी झाडांची आजही काळजात जपून ठेवलेली असतील.

ती गाणी, ती मुग्ध नाती.

...

...आलयली डोलयली पंटी पालयली
सांग गे बाये, तुका कोणे चोरून वेल्यान गो बाये...
आंव तुजो सदाच मोग करतलो गे बाये
आणि तुका हाव केन्नाच विसरचो ना गे बाये.'
...'हालत डोलत नेताना पणती विझावी
तशी तुला अलगद कोणी चोरून नेलं?
सांग, गं पोरी...
मी सदाच तुझी प्रीत जपेन.
ती प्रीत कधीच विसरणार नाही.'

...

अशी कातरां वाढत्या काळोखात विरलेली असतात. आज गावात रेंदेर दिसतच नाही आणि उंच माडाला लटकून त्याने गायलेली गाणीही आभाळभर झाली.

कधीतरी आभाळ भरून आलेलं असतं. सारा डोंगर वाऱ्याने घुमत असतो. माड डोलत असतात. सकाळी, भरदुपारी, संध्याकाळी... कधीतरी माडावरचे मौन गाणे पुन्हा गायला लागावे. गाण्याला धुमारे फुटावे. झाडाने, रानाने, डोंगराने ती गाणी पुन्हा आभाळात पेरावी.

वैल्या रानांत, वैल्या डोंगरांत

भिरभिरलेल्या माडाचे गाणे ऐकू यावे, असे वाटते. रेंदेरांची गाणी आता ऐकू येत नाहीत आणि सूनबाईही अंगणात दिसत नाहीत. काळानुसार जीवनमान बदलले. रेंदेराघरची मुले डॉक्टर झाली. प्रोफेसर झाली आणि सूनबाईचे घरच आकसून गेले. आता तिच्या घरची मुले बलकांवावर बसत नाहीत. त्यांचे होम-वर्क पूर्ण झाले की झी टी.व्ही. बघतात...

मांडवावरच्या कळ्या मांडवावरच उरतात आणि बलकांव अंधारात...

मौन गाणे माडाच्या काळजात उतरलेलं आणि झावळीवर टपटपणारे दवबिंदू!

इतकंच!

सारं गाव कसं शांत शांत!

◆

प्रतीक्षा ▮

समोर महासागर पसरलेला असावा. पण तहानेला त्याचा उपयोगच नसावा... अशी आहे 'दोना पॉल'ची कथा. खाऱ्या पाण्याने तहान कशी भागणार? तसेच ज्या जगात प्रेम या शब्दाचा अर्थच संपला आहे त्या जगात प्रेमपूर्तीची अपेक्षा कशी करायची? पण भाबड्या प्रेमाला या व्यवहाराची जाणीवच नसते. ते आश्वासनावर फुलते आणि प्रतीक्षेत उभे राहते. दोना पॉलसारखे!

दोना पॉल!

एक चिरविरही प्रतीक्षा!

एका विसंगत पार्श्वभूमीवर प्रियकराची प्रतीक्षा करणारी सिल्वा पॉल... आता दोना पॉलच होते. सिल्वाचा दोना... सिल्वाला प्रेमात गुंतवणारा दोना आणि सिल्वाला जीवनभरचे दुःख देणारा दोना... त्याचे नाव जपणारी सिल्वा... अखेर दोना पॉल बनते. त्याच्या नावात तिचे नाव गुंतून जाते.

त्याच्या जीवनातले तिचे अस्तित्व मात्र नाममात्रच असते. तरी ती असते दोना पॉल!

आजूबाजूला खडकावर बेभान सागर धडकत असतो. त्याचे सारे तुषार उंच टेकडीवर उभ्या असणाऱ्या दोना पॉलला भिजवतात.

सभोवताली पाणीच पाणी असते... पण ही मात्र कोरडी.

सभोवताली आवेग, प्रणय, मीलन यांचा बेभान आविष्कार असतो.

पण ही मात्र तहानलेली.

तिची व्यथा अशीच, त्या उंच खडकावर चिघळत राहणार असते.

दोना पॉलची व्यथा!

उपेक्षितेची व्यथा!

माणसांपेक्षा निसर्ग किती प्रामाणिक असतो. निसर्गाने दिलेला शब्द निसर्ग न चुकता पाळतो. पण माणसाचा शब्दच मुळी निरर्थक.

कुठे झाला असेल मांडवी नदीचा उगम न् कुठे झुआरीचा... त्यांचे त्या जाणोत. त्या इवल्याशा ओहोळ रेखांना थोडे रूप आले, आकार आला आणि तेव्हाच जाणीव झाली एका ओढीची.

ती ओढ होती बलदंड सागराची.

जेव्हा त्या ओढीची जाणीव झाली तेव्हाच वाहण्याची दिशा समजली. अर्थही! ते प्रवाहपतित आणि अर्थहीन धावणे नव्हते. ती मीलनाची ओढ होती.

...

...

असे कसे होते ते प्रेम?

ज्याला कधी पाहिलंच नाही, जो शेकडो योजने दूर होता, त्याच्यासाठी समर्पित होऊन धावणे? मीलन होणार की कपाळमोक्ष याची जाणीव नसताना धावणे? कडेकपारीतून बेभान होणे?

पण मांडवी आणि झुआरी या दोघी दोन दिशांनी धावत होत्या. एकाच अरबी समुद्राच्या ओढीने आणि रोंरावत दोघी सामोऱ्या झाल्या आणि त्या दोघींना समोरासमोर पाहून मधोमध स्तंभित झालेला सागर!

दोघी अभिसारिका. एकाच ओढीने झेपावलेल्या. समोरासमोर. त्याचा संभ्रम बघून, त्याच हसतात.

"वेड्या, सवती खऱ्या आम्ही. पण भांडणार नाही. भांडून काय होणार? हा प्रमत्त आवेग आवरणार आहे आता थोडाच?"

दोघी दोन बाजूंनी त्याला कडकडून भेटतात. काही काळ खळखळ पण अखेर त्या दोघी आणि तो असा विस्तीर्ण प्रीतिसंगमच!

किनाऱ्याशी खडकावर लाटांचे तांडव, पण बाकी सारे शांत. इतक्या वर्षांचा दुरावा सरून समर्पित होण्याची कृतार्थ जाणीव.

एक शांत तृप्त अवस्था!

आणि ते प्रीति-मीलन, तारवटलेल्या नजरेने पाहत सिल्वा पॉल उभी आहे. दोनाची सिल्वा... म्हणून दोना पॉल.

याच खडकावर तो प्रथम भेटला होता तिला. झुआरी, मांडवी आणि अरबी सागराचे खट्याळ पण समंजस प्रेम पाहून लाजून चूर झालेली किशोरवयाची सिल्वा... दोना पाहत होता. आणि पाहता पाहता निळ्या सागराच्या न् निळ्या

आभाळाच्या साक्षीने एक निळे पाखरू जन्माला आले. रोज तीनसांजेला त्या खडकावर बसू लागले. निळ्या पिसांचे घरटे तयार होऊ लागले.

उंच खडकावर रंगलेली ती प्रीत बघून सागर अधिकच खुळावला. त्याच्या लाटा खडकांवर धडका देत फुटू लागल्या.

एके दिवशी परत येण्याचे आश्वासन देऊन दोना गलबतात बसून निघून गेला. तो परत येणार होता. साऱ्या जगामधली दौलत गोळा करून तिच्या पायावर ओतणार होता. त्यांच्या राजवाड्यासाठी सोन्याचे खांब, हिऱ्या-माणकांची झुंबरे आणि पाचूची झाडे घेऊन येणार होता. पर्शियन गालिचे आणि इराणचे मद्य तो घेऊन येणार होता. अत्तराचे बुधले तिच्यासमोर रिते करणार होता. सारे वैभव गलबतात भरून घेऊन, दोना परतणार होता. त्यानंतर सेंट झेवियर्स चर्चमध्ये त्यांचे लग्न लागणार होते. ते धर्मगुरूसुद्धा त्याच्या गलबतामधूनच येणार होते. साधे धर्मगुरू नव्हेत तर रोमचे पोप, या प्रेमी युगुलाला त्यांचाच आशीर्वाद हवा होता.

हे सारे दोना सांगत होता. सिल्वा ऐकत होती. निळे स्वप्न शिडाच्या गलबतासारखे फुलत होते.

"दोना, तू हे सारं काही आणलं नाहीस तरी चालेल. पण एक गोष्ट मात्र नक्कीच आण. आणशील?"

"सांग ना."

"ती गोल्डन डॅफोडाईल्स? तळ्याच्या काठी उमललेली. फक्त वर्डस्वर्थनं पाहिलेली आणि दोना, एक नाइटिंगेल पण आण. न विसरता. आपण त्याच्यासाठी गोल्डन डॅफोडाईल्सचा झुला बांधू. त्या झुल्यावर बसून नाइटिंगेल गाईल. अमर प्रेमाची गाणी! आणशील ना? येशील ना लवकर!"

सिल्वा त्या उंच खडकावर उभी राहून, हात हलवून निरोप देत होती. निळ्या सागरावर पांढऱ्या शिडाचे गलबत उभे होते. दोना आणि गलबत अस्पष्ट होत होत नाहीसे झाले. डोळ्यांतल्या धारांना खळ नव्हता. हळूहळू अश्रू सुकले. नजर थकली पण सिल्वा उभीच आहे. परत न आलेल्या दोनाची वाट पाहत ती स्वतःच दोना पॉल बनली आहे.

दोना पॉल!

एक संगमरवरी शिल्प!

एक शोकांतिका!

एक टुरिस्ट पॉइंट

तिथे येणारे टुरिस्ट, चकित मनाने तिची कथा ऐकतात. इतक्या सुंदर, भावुक मुलीची ही शोकांतिका?

का म्हणून दोनाने आपले वचन पाळले नसेल? कोणत्या भूलभुलय्यात

अडकला तर नसेल? की वादळवाऱ्यात गलबत दिशाहीन झाले असेल?

सिल्वाला फसवण्यात त्याला कोणता आनंद मिळाला असेल? की कुठल्या तरी अज्ञात बेटावर गलबत अडकून तो फसला असेल?

माणसे आपापल्या तऱ्हेने या कहाणीचा विचार करतात. सुसंगत अर्थ लावण्याचा प्रयत्न करतात आणि इतर पॉइंट्स पाहायला घाईने निघून जातात.

इथे वेळ आहे कुणाला, कुणाच्या शोकांतिकेत गुंतायला? वेळ नाही. भावनांची तीव्रताही नाही. प्रत्येकाच्या खांद्यावर ज्याचे त्याचे ओझे आहे.

मांडवी आणि झुआरी मात्र या दुर्दैवी कथेने व्यथित होतात. प्रतीक्षा त्यांनाही परिचित होती. पण ती प्रतीक्षा सफल झाली होती. या दुर्दैवी प्रेमिकेला मात्र वंचना पदरात आली होती. हतभागी!

आजूबाजूला लोक खूप काही बोलत असतात. कुणी सिल्वाला दोष देतात... तर कुणी दोनाला!

पण तिचे कुठेच लक्ष नसते. शरीराच्या साऱ्या संज्ञाच बधिर झालेल्या असतात. फक्त डोळे उघडे असतात. जिथून गलबत शेवटचे दिसले, तिथे डोळे स्थिर असतात. नजरेसमोर एक रेषा तयार झालेली असते. ती रेषा सागरावर टेकते तिथेच पुन्हा एक दिवस एक शिडाचे गलबत आभाळ पक्ष्यासारखे परत येणार असते आणि त्यातून उतरणार असतो स्वप्नीचा राजकुमार!

पांढराशुभ्र सूट घालून. हातात गोल्डन डॅफोडाईल्सचा गुच्छ घेऊन दोना येणार असतो. त्याच्या खांद्यावरचा नाइटिंगेल मजेत गात असतो. रोमचे पोप पाठोपाठ धर्मवचने गात येत असतात. वेडिंग बेल्स आनंदाने वाजत असतात.

वेडिंग साँग्ज गात शुभ्र पऱ्या साऱ्या सागरावर नाचत असतात. त्यांचे पांढरे झगे वाऱ्यावर लहरत असतात. सिल्वाला इतकेच दिसत असते. इतकेच ऐकू येत असते.

◆

कहाणी एका गावाची!

गोव्यामधली चार मोजकी शहरे वजा केली की उरतो ग्रामीण भागच. डोंगरांच्या आडोशा-आडोशाने वसलेली अनेक छोटी गावे. खो-खोच्या खेळात खो घेण्यासाठी बसलेल्या भिडूसारखी वसलेली असतात. त्यांना वळसे घालून खो देतच आपला मुक्काम गाठायचा असतो. महाराष्ट्रामधल्या एका खेड्याची लोकवस्ती कमीत कमी दोन हजारांची तरी असते. पण इथे पन्नास-शंभर उंबरठ्यांची गावेसुद्धा आहेत. अगदी वळणावळणांच्या वाटांनी, थेट डोंगरकुशीत शिरलेली गावे. त्या सभोवतीची प्रसन्न हिरवाई. त्या शांत परिसरात सुखा-समाधानाने राहणारी माणसे!

कुठून येते ही समाधानी वृत्ती?

अन्न, वस्त्र, निवारा आणि प्रतिष्ठा... एवढ्यातच माणसाला समाधानी वृत्ती मिळू शकते. पाप-पुण्याच्या कल्पना मर्यादित असल्या की जगणे सुखदायकच होते. अनेक माणसांचे समुदाय कळपाने एकत्र राहू लागले, सुरक्षित भावनेने. एकमेकांच्या आधाराने जगण्यासाठी मनुष्य समाज निर्माण झाला. हा समाज शांततेने जगावा म्हणून त्या समाजाने बंधनकारक असे नियम तयार केले. गावची जाणती माणसे, त्या नियमांचे पालन काटेकोरपणे केले जावे यासाठी सिद्ध झाली. कुटुंबासाठी नियम, कुटुंबा-कुटुंबातील संबंध टिकविण्यासाठी नियम. समाजाला बंधनकारक नियम तयार झाले. या नियमांचे पालन केल्याने शांतपणे जगता येते हा अनुभव आल्यानंतर समाजाने राजीखुशीने हे नियम मान्य केले. यांमधूनच संस्कार तयार झाले व वर्षानुवर्षे पालन केलेल्या संस्कारांतूनच, मग संस्कृतीचा जन्म झाला.

गोमंतकातील ही सारी गावे संस्कार पाळणारी आहेत. जे समाजाच्या नियमांबाहेर असेल ते पाप व जे या समाजाला मान्य असेल ते पुण्य. पुण्यमार्ग आचरला तर आनंदाने जगता येते आणि समाजाला मान्य नसणाऱ्या मार्गाने जाणे म्हणजे दुःखाला आमंत्रण आणि एकवार हे समीकरण मान्य झाले की, जीवनाच्या कक्षा निश्चित होतात. म्हणून गोमंतकीय माणसे शांत वृत्तीने जगत असावीत. प्रत्येकाचे स्वतःचे घर असते. थोडे उत्पन्न असते. नैसर्गिक शांतवृत्ती असते. शिवाय मन पापभीरू असते.

प्रत्येक गावचा ग्रामदेव अगर कुळदेव जागरूक असतो. शिवाय वेताळ, देवचार, पुरुष यांचे अदृश्य सावट व भीती गावावर असते. तिथे डोंगर-वाहाळासोबत जगायचे असते. कोरडा शेततुकडा पेरायचा असतो. माडाचे, केळी, सुपारी, फणसाचे रक्षण होणे जरुरीचे असते. ते सर्व धडपणे झाले तरच सुस्सेगादपणे जगता येणार असते आणि त्यासाठी देव-देवता-देवचार यांना दबकून राहावे लागते.

या गावांना कायदे लागू असतात ते समाजाचे. तसेच देवदेवतांचेही. ते सर्व मनाने मान्य केलेले असते. म्हणून तर देवळांत आरती झाल्याखेरीज भाताचे तपेले, चुलीवरून खाली उतरवले जात नाही, पालखीच्या दिवशी गावची शीव ओलांडली जात नाही. सासुरवाशीण मुलीला सणावारी 'वझं' धाडले जाते. तीनसांजेला देवचाराच्या झाडाच्या दिशेकडे तोंड करून दिवा लागतो आणि कर्ज काढून का असेना 'चवथ' साजरी केली जाते. हळदी-कुंकवाची वाणे वाटली जातात. तुळशीची लग्ने लागतात. किर्र जंगलातील आपले जगणे सुखावह असावे, या हेतूने व भीतीनेही सारे रीतीरिवाज सालंकृत पाळले जातात.

गाव कितीही लहान-थोर असो. तिथे माणसांची वस्ती मात्र जातीप्रमाणेच वसते. गावाच्या सुरुवातीला ग्रामदेवाचे देऊळ असते. पण नंतर गावातले वाडे लागतात. गुरववाडा, शेटीवाडा, नावतावाडा, गावडेवाडा, महारवाडा, भटवाडा असे एकेका जातीचे लोक ओळींत घरे बांधून कळपाने एकत्र राहतात. सारस्वत समाज मात्र आपल्या भाटांतच ऐसपैस घरे बांधून राहतो. घरापुढे-मागे नारळाची झाडे, त्या भाटांतच काही खोपट्या असतात. त्यांत कामगार वर्ग राहतो. भाटकराघरच्या कामाला त्या खोपटीतली माणसे बिनातक्रार हजर होतात. भाटकराने खोपटीला जागा दिलेली असते. ती खोपटीही प्रशस्त असते. त्या जागेच्या पायी खोपटीमधली माणसे भाटकराची ऋणाईत असतात.

गावामधला गुरववाडा सदैव उलाढालीत. त्यांनी गाई-म्हशी पाळलेल्या असतात. दुधाचे रतीब लागलेले असतात. चहा-फराळाचे दुकान उघडलेले असते. मुलांना शाळेत घातलेले असते. लग्नाच्या जेवणावळीचा सारा स्वयंपाक गुरव मंडळी

रांधतात. त्यासाठी त्यांना सुपारी येते. जत्रेत खाजा, शेव लाडवाची दुकाने गुरवांचीच आणि नवरात्राचा भारही गुरववाड्यावरच पडलेला असतो. सारवलेली स्वच्छ अंगणे आणि कौलारू घरे. गावाच्या प्रवेशद्वारालगतच दिसतात ती सुखी-समाधानी घरे गुरवांची असतात.

त्या उलट शेटीवाडा. शांत संथ. तिथल्या मोठ्या घरांतून माणसांची जाग नसतेच; पण दरवाजे मात्र सताड उघडे. अलंकार घडविण्याचा ठक ठक आवाज, एकाही घरामधून ऐकू येत नाही. मात्र सणासुदीला स्त्रिया बाहेर पडतात, तेव्हा पिवळेधम्मक सोने अंगावर चकचकत असते. खड्यांचे दागिने चकाकत असतात. अंबाड्यावर सोन्याची पिसोळी लखलख हालत असते. पूर्वजांच्या खजिन्यावरच सोनारवाडा आजही सुस्सेगादपणे जगत असतो.

मंदिरांच्या परिसरालगतच भटांची ऐसपैस तृप्त घरे पसरून पडलेली असतात. पिढ्यांच्या त्या वास्तूवर आता ऐटदार सिमेंट कॉंक्रीटचे घर उभे असते. परसदारचा गोठा, गाई-म्हशींनी भरलेला असतो. आपली कुळागरे, भाटे त्यांनी जपलेले असतात. उत्पन्नातून व मंदिरातून सारे काही भरभरून येत राहते. घरची मुले, मुली, जावई, सुना बुद्धीनेच हुशार असतात; शिक्षणाने कर्तृत्ववान बनलेले असतात. कुणी डॉक्टर, वकील, इंजिनीअर असतात. घरचा पसारा सांभाळून सुना नोकरी सांभाळत असतात. घरात नित्य भर पडत असते, देवाने सेवा रुजू करून घेतली म्हणून भटमामा तृप्त असतो, गोरीपान भटमामी समाधानाने घरदार सांभाळत असते.

नाईक, गावडे समाजही कोपऱ्यातल्या वाडीत जगत असतो. जन्मभर भरपूर कष्ट करूनही गरिबी तशीच असते. उलट घरची बेकार पोरं आणि वाढलेल्या मुली चिंतेचं ओझं वाढवत असतात. हा वाडा नेहमी अशांत असतो.

एवढ्याशा त्या गावात आपापल्या वाड्यांमध्ये गावकरी, आपापल्या पद्धतीने जगत असतात. तसे गाव शांतच. पहाटे सायकलचा भोंगा वाजवत ‘पदेर’ येतो. त्या आवाजाने नवा दिवस सुरू झाल्याचे जाणवते. पण पांघरूण अधिकच ओढून घेऊन माणसे निजूनच राहतात. भल्या पहाटे उठून ‘गवरनेराला’ थोडेच भेटायचे असते? दुकान काय? दहा वाजता उघडता येते. नोकरीवर जाणारे, शाळेत जाणारे असे एक एक उठतात, तोवर नऊ वाजलेले असतात. गावाचा दिवस सुरू होतो.

दहा-अकरा वाजता ‘जाय गे’ करत फट्टीण (कोळीण) एक आरोळी मारून जाते. पण तिची महाग मासळी परवडणारी नसतेच. अकरानंतर ‘बांगडे नाल्लेची’ ललकारी देणारा नुस्तेकार सायकलवरून गावात शिरतो. तेव्हाच खरा गावचा दिवस सुरू होतो. त्याच्या टोपलीत जी मासळी असेल, त्यावर गावाचा दिवसाचा उत्साह अवलंबून असतो. रोज पाट्यावर नाहीतर खाडीवर जाऊन मासळी आणणारे

हौशी पण गावात असतात. पूर्वी पायी चालत, नंतर सायकलवरून व आता स्कूटरवरून मासळी आणायला माणसे उत्साहाने जातात. उत्साहाने करण्याचे तेवढे एकच काम त्यांना माहिती असते. एकदा मासळी आणून घरी दिली की गृहस्थपणाचे मोठेच काम आटोपलेले असते. शेवटा, काळुंदराची गाथण मिरवत आणलेली गावाने पाहिलेली असते. त्याच्या हातामधल्या दोडियाराची किंवा तांबशाची किंमत करताना गाव हरलेले असते. या आठवणीवर सारा दिवस मिशीतल्या मिशीत हसत, खुशीत सरणार असतो.

पण मासळी घरात आली की घरकार्नीचा दिवस सुरू होतो. सकाळचा अकरा-साडेअकरापर्यंतचा वेळ इथे तिथे गाव गजालीत गेलेला असतो. घरात येणारी वावराडी, मानाय, शाळेला जाणारी पोरं, मास्तरणी, कॉलेजला टाइट कपड्यांत झुल्फे सावरत जाणाऱ्या वाड्यावरच्या पोरी, पोरं... झाडांवर आलेल्या दसण्या, मांडवावरच्या कळ्या... सारं पाहता पाहता साडेअकरा झालेले असतात. घरात भल्या सकाळी 'पेपर' आलेला असतो. पण पेपराशी तिचे कामच काय? कुणीही पाड पडले (नतद्रष्ट) राज्य करोत, वा मंत्री होवोत. घरकार्न त्याला किंमत देत नाही. पण मासळी आली की मात्र तिची एकच घाई. नवऱ्याने मासळीवर जास्ती खर्च केला तर ती म्हणते,

"खाल्ले-प्यालेला जीव तो, पैसे मोडतलोच. तोच जोडपी तोच मोडपी."

पण नवऱ्याने मासळी आणताना हिमटेपणा केलेला दिसला तर तिला आवडत नाही. ती म्हणेल,

"म्येले, हे पाड पडले. पैसो सुटोचो ना हातीतलो. ना जाल्यार, मजे कुळार? चौदा-चौदा तरेचे नुस्ते एका पानात अस्ताले. हावं थय अशेली? तेन्नाची गजाल."

माहेरचा अभिमान असाच नाकावर असतो. तुळशी लग्नाला माहेरहून येणारी 'जोडवी' किंवा 'वझी' हा तिच्या जिव्हाळ्याचा भाग असतो. घरात मासळी आणली की ती ठरवते.

"तोंडाक किते? हूमणाक किते आणि सांजेक किते?"

नवरा दुकानावरून घरी परतेपर्यंत रांधून न्हाऊन आणि फाती माळून तिचे सारे काम 'प्रोंत' (पूर्ण) झालेले असते.

दुपारच्या दोन घटका सारे गाव चिडीचिप्प असते. जेवून हातांवर पाणी पडले नि तोंडात कातलीचो कुडको पडलो की तो चघळत गोयंकार आडवा झालाच आणि घटकाभर नीज झाली की चहाचा कप तोंडाला लागलाच पाहिजे. साऱ्या वाड्याची हीच सवय. जेवायचे दोन वाजता पण दुपारचा चहा तीन वाजता. ऐन उन्हाळ्यात घाम गाळत दुपारी तीनचा चहा होतो.

संध्याकाळी चारनंतर मात्र गाव रंगात येतं, बलकांवावर पाय लांब करून

केळीच्या वावळावर झेले, फात्या (वेण्या) चढत असतात.

कोण गुरवार, कोण दुवाळकरीण, कोणाचे दागिने शेटीकडे गहाण पडले. कुणाच्या घरी सूरयच्याऐवजी आता उकडा भात रांधला जातो. कुणाची चली, बस कंडक्टरबरोबर सूत जमवतेय. या साऱ्या गजाली बसल्या जागी घरकार्नीला कशा पोचतात तीच जाणे.

शाळेतून आलेली पोरे दप्तर कोपऱ्यात फेकून मागच्या शेतवाडीत क्रिकेट किंवा व्हॉलीबॉल खेळायच्या तयारीला लागतात. मुली नाजूक चालत देवळात जायला बाहेर सरतात. स्कूटरवरून शहरात जोडीने नोकरी करायला गेलेले दोघे जण साऱ्या दिवसाची बाजी मारून घरी परतलेले असतात. त्यांच्या हातातल्या कॅरीबॅगमध्ये सामान असते.

गावांमधले चहाचे गाडे दिवसभर तेजीत व हुरपात असतात. सकाळचे पातळ भाजीचे जाडपण संध्याकाळपर्यंत पाणी घालून घालून टिकवलेले असते. दोन-चार उंडे शिल्लक असतात. पण आता भीती नसते, आता येणारे गिऱ्हाईक पावभाजीचे नसते. दिवसभर काम करून बेजार झालेली माणसे आता चहा आणि खमंग भज्यांच्या वासावर येणार असतात. म्हणून कढईतले जुने तळकट काढून, कढई स्टोव्हवर चढलेली असते. भज्यांच्या खमंग वासात आता बाकड्यांवर गजाली रंगणार असतात.

नरसिंव रावाच्या, रईच्या राजू गांधींच्या, कलेक्टरपासून सरपंचापर्यंतच्या, भाववाढीच्या, भ्रष्टाचाराच्या, बॉंबस्फोटाच्या, हर्षद मेहताने नरसिंवरावक एक कोटी रुपये दिल्याची गजाल ऐकली मूं?

"पाड पडो (जळो मेले) हे गवमेंट. म्येले खांवपाक् शिकल्यान्. अरे पाप्यानू, मश्शी लाज धरा. मनाची, देवाची तरी? आणि रईची खबर समजली तुमका?"

तिनीसांजेपर्यंत चहाच्या गाड्यावर, पिंपळकट्ट्यावर, दगडीकट्ट्यावर सारा भारत ढवळून निघत असतो. मंदिरालगत बेकार हिरोमंडळी दिव्या भारतीच्या मृत्यूचे कोडे सोडवत असतात. खून की आत्महत्या? ते गंभीरपणे हा जटिल राजकीय प्रश्न सोडवत असतात.

"मोठो काळाचो हां तो दाऊद इब्राहीम. इकडे मंदाकिनीकडे लग्न जाता ते वाटेन् माधुरी, श्रीदेवीक् दुबईक् आपयता. पाड पडल्यान् दिव्याक् कित्याक मारल्यान? काय बरी हुशार चली. सामकी वर्षा उसगावकरा भाशेन."

न कळता दाऊद इब्राहीम 'नायक' बनलेला असतो. गजालीचा नायक. त्यांच्या एका बेकार दिवसाची रंगत या विषयांनी दिवस संपता संपता वाढलेली असते.

टाडा लागलेला संजय दत्त बेकसूर ठरणे हा त्यांचा विजय असतो.

पसरेकराच्या पसऱ्यांवर झुंबड उडालेली असते. पसऱ्याचा पसारा बाहेरून

लक्षात येत नसतो. पण लक्स सुप्रीमपासून आयोडेक्स, ॲक्शन फाइव्ह हण्ड्रेडपर्यंत सारे त्या दुकानात असते.

"पसरेकर, चार तातीये दी. शंभर ग्रॅम साकर, चा दी, दीडशे ग्रॅम तेल दी."

पसरेकराच्या जोडीला आता पसरेकरीण उभी राहते. पुड्या बांधते. उधारी मांडते. फुलाफुलांचे छापील भडक पातळ, माथ्यात शेवंतीची भरगच्च वेणी घातलेली पसरेकरीण आणि अर्धी चड्डी घालून उघडाबंब पसरेकर घाम गाळत पुड्या बांधत असतात. व्यापारउदीम जोरात सुरू असतो.

मंदिरात भजन रंगलेलं असतं. न पेलवणाऱ्या पट्टीत आवाज जुळवून घेत तानांची कसरत सुरू असते. भजनाला अर्थ नसतो. भक्तिभावही नसतो. फक्त ताना असतात.

जितेंद्राभाषेन्, घाणेकारा भाषेन्, अजित कडकड्या भाषेन्

ही सारी दूरदर्शनवर जाण्याची तयारी असते. प्रश्न एकच.

ही भजनं कोकणीत कशी गावी?

तुकाराम, नामदेवांना कोंकणी येत नव्हतं म्हणून भाषेचा घोळ झालेला होता. कोकणी भजन गायलं तरच दूरदर्शनवर प्रवेश.

पाड पडो हो भाषेचा प्रश्न

पाड पडो ती कोकण रेल्वे

पाड पडो ते सरकार

असे सतत कुणाचे ना कुणाचे पाड पडत असतेच. पण कावळ्यांच्या शापाने गाई थोड्याच मरतात?

गाव डोंगरपायथ्याशी राहते. रात्रीची हुमण, शीत कढी डोळ्यांत उतरते. आजूबाजूला रातकिडे किरकिरत असतात. जग पुढे जात असते. रात्री नऊ वाजताच गाव झोपून जाते. उद्या सकाळी नऊपर्यंत 'पाड पडली नीज' त्यांना सोडणार नसते.

गावच्या कहाणीतला एक दिवस सरलेला असतो.

◆

धुमारे ■

'देवा असं कसं रे हे मन?
असं कसं?'

बहिणाबाईचा प्रश्न रोजच आठवत राहतो. माणसाचे मन! एका अद्भुत रसायनाचे गाठोडेच. माणूस हा विश्वाच्या पसाऱ्यामधलाच एक अंश. पण देवाने त्याला मन दिले, बुद्धी दिली आणि वाणीही दिली. देवाने निसर्गापेक्षाही माणसाने श्रेष्ठ बनावे म्हणून तर ही आयुधे दिली नसतील? पण नेमके तेच आयुध माणसाला कमजोर करून गेले. निसर्ग साधाच सरळ रितीने जगू लागला आणि माणूस मात्र या आयुधांनी स्वतःच स्वतःला दुःखी करून घेऊ लागला. निसर्गाला मन, बुद्धी, वाचा नाही. पण भावना जरूर आहेत. या भावनेच्या बळावरच निसर्ग सारे ताकदीने निभावून जातो. आघात, प्रपात, वादळ, वारे, विजा, पाऊस, उन्हाळा, थंडी, पतझड सारे निसर्ग निश्चलपणे झेलतो. पतझड होते. वाऱ्याबरोबर गिरकत पाने धरतीवर घरंगळतात. झाडे उघडीबोडकी निष्पर्ण! पण ही अवस्था वृक्ष स्थितप्रज्ञपणे सोसतो कारण त्याला माहिती असते की पुन्हा वसंत येणार आहे. पुन्हा पालवी फुटणार आहे. रात्रीनंतर सकाळ येणार आहे. उन्हाळ्यानंतर पावसाळा येणार आहे आणि ओहोटीनंतर भरती! पाखरे झाडांवर पुनःपुन्हा घरटी बांधणार आहेत. घरट्यामधली पंख फुटलेली पाखरे आभाळवाटा शोधणार आहेत. या सर्व प्रचंड प्रक्रियेत एक विलक्षण समजूतदारपणा आहे. गळून पडलेल्या पानांकडे वृक्ष किती तटस्थपणाने पाहतो? आणि ती जीर्ण वाळकी पाने रेषांच्या फटीतून किती सुंदर हसतात! कृतज्ञतेने!

पण याच साऱ्या अवस्था माणूस अजिबात कशा समजून घेत नाही? अनेक योगी, महायोगी सांगत आले आहेत पण माणूस भूतकाळ विसरू शकत नाही. तो काळ, प्रसंग, घटना, आघात, हेवेदावे... सारे माणूस मनाशी घट्ट धरून राहतो. ते अनुभव बुद्धीच्या निकषावर पुन:पुन्हा घासून बघतो. त्यांवर भाष्य करतो व पुन:पुन्हा जखमी होतो. बद्ध होतो. मुक्त नव्हे. पण मुक्तीसाठीच आहे हा सारा प्रवास... हे समजूनही तो समजतच नसतो.

'इदं न मम?'

अशी तटस्थ वृत्ती आली की, दु:खच संपेल, पण अशी वृत्ती येतच नाही. पोथ्या, पुराणं, ध्यानधारणा, एकांतवास... सारे करूनही, ही वृत्ती जर मूळ गाभाऱ्यातच उमटली नाही... तर पुन:पुन्हा आपण तिथेच उरलो आणि

'तेहि नो दिवसा: गत:!'

या व्यवस्थेतच बुडून जातो. म्हणजे पुन्हा भूतकाळ व भूतकाळ कितीही प्रिय वा अप्रिय असो- परत थोडाच येतो? हातातले वाळूचे कण बोटांच्या फटीतून निसटून किनाऱ्यावरच्या वाळूत मिसळले तर तेच कण शोधणार कसे? ते शोधणे हा वेळेचा अपव्यय व त्यांना त्या असंख्य वाळूच्या कणांतच सोडून देणे हाच एक उपाय... वेळ सार्थकी लागण्याचा, कारण वेळ हादेखील पुढे पुढे धावणारा व पुन्हा हाती न लागणारा मूल्यवान खजिना... तो वाया घालवणे म्हणजे जीवन वाया घालवणे. दिशाहीन होणे.

मलाही हे सारे समजत होतेच. गीता, ज्ञानेश्वरी, दासबोध, जे. कृष्णमूर्ती, माझ्या कुवतीनुसार मी समजूनही घेतले आहेत पण भूतकाळाचे उदास सावट मनावरून काही केल्या उतरत नाही. विक्रम राजाच्या पाठीवरच्या वेताळासारखा... हा भूतकाळ पाठीवरून उतरायला तयार नाही. आता हे ओझे बाळगतच, दमछाक करतच जीवनाचे गाठोडे वाहायचे, या धारणेनेच जीवन पुढे जाते आहे.

अंगणातला वाळल्या पानांचा खच मनाला अधिकच उदास करून गेला. पिंपळाची ती सुकलेली जीर्ण पाने... त्यावरची रेषांची जाळी...

आपल्या जीवनाचेच तर प्रतीक नव्हेत?

गळून गेलो आहोत आपण... आणि 'नकोशा' म्हणून फेकल्याही गेलो आहोत. नाहीतरी आजवर भिरभिरण्यापलीकडे काय केलंय? जे जे सुंदर, उत्कट, उत्तुंग दिसले तिकडे मन लोभावले. गिरकत राहिले. सूर्यफुलासारखे!

प्रकाशाकडेच मन झेपावते. पण खरे सुख प्रकाशात नाही. अंधारातच आहे. अंधारातच जाणवतात... जगाचे भगभगीत रंग व त्यांचा नकलीपणा?

ही पिंपळपाने! त्यांनीही किती कौतुकाने न्याहाळले असेल स्वत:ला? स्वत:वरचा पिवळा, शेंदरी वर्ख? तनमनातून जाणवणारी कोवळी थरथर? निमुळत्या टोकावरचे

नाजूक दवबिंदूंचे टपकणे? कोवळी सूर्यकिरणे, त्यांचे पानांवर उतरणारे रंग... मध्यान्हीचा तळपता सूर्य... चंद्रकिरणे... काळोख्या रात्रीचे किर्र एकटेपण...

'को जागर्ती' असा अवकाशात घुमणारा आवाज आणि हे सारे चिन्मयी क्षण शोधताना पिंपळवृक्षाचा असणारा बलदंड आधार?

काल-परवाच तर या जीर्ण पिंपळपानांनी हे सारे भोगलेले आहे. आनंदाने. साक्षीभावाने रंगून आणि त्यानंतर आली असेल पतझड... गिरकत, धरतीवर उतरण्याचा क्षण!

त्या बलदंड वृक्षाचा आधार सुटून खाली झेपावणे. हा एकच क्षण... तो क्षण अवघड असेल कदाचित. पण तो क्षण पार पडतानाच त्या बलदंड पिंपळवृक्षाचा एक निःश्वासही सोबत असेल. कृतार्थ निःश्वास! आशीर्वादाचा...

शुभास्ते पंथानः सन्तु!!

सज्जनांचा आशीर्वाद आत्मिक बळ देतो. त्या बळावरच तर मग भिरभिरत धरतीवर उतरण्याची अवस्था मजेदार बनते. दुःख कशाचे?

कालच्या त्या क्षणापर्यंत तर या पानांनी सुखच सुख भोगले, नाही? सूर्यकिरणांचे तेज आणि चंद्रकिरणांची शीतलता यांचा सोमरस पिण्याचे सुख?

पूर्ण चंद्राला जवळून न्याहाळण्याचे सुख?

तारकांशी हितगूज करण्याचे सुख?

स्वतःच्याच तांबूस पिवळ्या रंगात नहायचे सुख? सुखाचे प्याले असे घडोघडी रिते केले आहेत... आणि आता मुक्त होण्याचा हा क्षण! हीदेखील सुखाचीच घडी नव्हे?

अंगणात अखंड पतझड होत होती. पाने गिरकत खाली उतरत होती. अंगणात वाळल्या पानांचा खच होता, जाळीमागच्या रेषा हसत होत्या. बाजूला उघडाबोडका पिंपळ उभा होता.

ऋतूची वाट पाहत? की...

त्याचेही भान आता नाही? प्रतीक्षा नाही?

कितीतरी दिवस... मन त्या विरल्या पानांच्या रेषांतच अडकलेले. आजूबाजूचे अंगण... ओबडधोबड. कितीतरी वर्षांत कुदळ न लागल्याने जमीन कशी घट्ट झालेली. अंगणाला बंदिस्त आडोसा नाही. म्हणून तर ही मोकाट जनावरे अवेळी आत शिरतात. धसमुसळेपणाने, सारेच उजाड करून जातात. हे टाळायचे तर कुंपण हवे. अंगणाला, मनाला आणि त्याला एक बलदंड असा आडणाही हवाच. तरच हे आत-बाहेर झेलपाटणे थांबेल. थांबायला हवे. काही स्थिर झाले... तर काही नवे रुजते हाच ना निसर्गनियम?

आपली गळून गेलेली पाने पाहताना वृक्ष कष्टत नाही. त्याला सोडून जाताना

पानेही दु:खी होत नाहीत. ही अवस्था त्यांनी यापूर्वी अनेकदा भोगलेली असते. अनेकदा धुमारे फुटलेले असतात. त्या जीर्ण पानांनी खूप शिकवलं. त्या वाळल्या पानांचा मोठा ढिगारा झाला... आणि ढिगाऱ्याची राख आणि राखेतूनच नवे अंकुर. खणलेल्या अंगणाची लाल माती आणि वाळल्या पाचोळ्याची राख!

ओल्या सुक्याचे अजब मिश्रण
आणि त्यात रुजणारे नवे अंकुर
निर्मिती... नवनिर्मिती!
भूतकाळातून... भविष्याची निर्मिती
सुक्यातून ओल्याची निर्मिती
मातीतून चैतन्याची निर्मिती.

तीन वर्षांतच फक्त हे ओकेबोके, जीर्ण पानांच्या खचाने झाकलेले अंगण केवढे सजीव झाले आहे! इतके रसरशीत की पूर्वीच्या पाऊलखुणांना जागाच नाही उरली.

कोपऱ्यातल्या तांबड्या चाफ्यावर मुठीएवढी कळी आलीये. भगवे तुरे अंगभर घेऊन शंकर मस्त झुलतो आहे. जांभळी, पांढरी गोकर्ण भार सावरताना स्वत:च बावरलीये. जाई, जुई, सायली आणि कुंदकळ्यांना स्वत:चाच भार सोसवत नाहीसा झालाय. प्राजक्त नुकताच रुजतोय. पण पुढच्या वर्षीच अंगप्रत्यंग फुलांनी ओघळू लागेल. रानकमळ म्हणून जे रुजले ते कमळ किती उंच वाढावे? शकुंतलेच्या पत्रलेखनाचे रानकमळाचे भले, तांबूस पान इथे मातीतच रुजले आणि टोकावर भगवे कमळही?

पांढरा, लाल, गुलाबी, पिवळा... एका जास्वंदीचे केवढे रंगविभ्रम? पांढरी आणि गुलाबी जास्वंदी शेजारी रुजली खरी... पण फूल आले ते मात्र लव्हेंडर रंगाचे. हे रंगाचे मिश्रण कुणी केले?

...कितीतरी दिवस या झाडाची ओळखच लागत नाही. पाने ओळखीची?

पण मौनीबाबा नाव सांगायलाच तयार नाही. एका सकाळी पानांच्या टोकांवर अस्मानी तुरा डोळे मिचकावत विचारत होता,

'ओळखलंस?'

अरे! ही तर अस्मानी. लहानपणापासून हिच्या रंगाची भूल पडलेली. मी तिला विसरले पण ती आलीच इथवर. पाठराखीण अस्मानी!

आणि हा चकवाही. किती गोड. जीवनात अनेक चकवे भेटले. वाटले एक, होते भलतेच. इथेही भेटला एक चकवा.

पांढरा चाफा म्हणून लावला आणि निघाला तांबडा चाफा! गुलमोहोर म्हणून जवळ केला तर निघाला शंकासुर! हुलकावणी देऊन शिरलेत खरे, पण मनोमन

फुललेत. ते अन् मीही!

चकव्यातही सुख आहे. सौंदर्य आहे. हेच तर शिकायचे.

पांढरा चाफा? अंहं. तांबडाच चाफा.

गुलमोहोर? अंहं शंकासुरच.

अनंत? अंहं कण्हेर...

हे चकवे समजून घेऊन त्यांना स्वीकारणेच किती सुखाचे? आणि चकवेदेखील आनंदाचे. फुलांचे.

काट्यांनी बोटे रक्तबंबाळ झाल्यावर मिळणारा गुलाब मात्र या अंगणात नाही किंवा सुकल्यावर सुगंधाने आसमंत भारून टाकणारी बकुळीही इथे नाही. पण इथे रातराणीचे, मधुमालतीचे घोस मात्र कलावंतिणीच्या नजाकतीने झुलत आहेत. या सर्वांच्या मधोमध आहे वृंदावनातली तुळस! मंजिऱ्यांनी लगडलेली. प्रीतीचा अर्थ उलगडून दाखवणारी तुळस!

जे कधी आपले नव्हतेच, त्याच्यावर शीतल छाया धरणारी आणि कर्मफळाची आस न धरणारी तुळस!

बेसुमार उन्हाने धरती त्रस्त आहे. पोटातल्या ज्वालामुखीच्या धगीने आणि कडक उन्हाने ती हैराण आहे. जीवनभर आकाशाकडे प्रेमयाचना करतेय. ऋतू गेले. वर्षे गेली. युगे गेली. प्रतीक्षा सरत नाही. कधीतरी क्षितिजाकडे होतो मीलनाचा साक्षात्कार. पण तोही भासच. हे आता धरती जाणते आणि संताप उफाळून येतो. तो संताप व्यक्त कसा करायचा?

तो राग मग झाडा-पाना-फुलांतून व्यक्त होतो. गुलमोहोर, पोंगरा, शाल्मली, पळस, शंकासुर, बोगनवेली, सारी झाडे लाल.

धरतीच्या रागाची अभिव्यक्ती... ते बघून आकाश थोडे हसते. उगीच ओठांच्या कोपऱ्यांतून निसटते हासू...

आणि सहस्र धारा ओघळू लागतात. तांबडीकंच झाडे, लाजून पुन्हा हिरवी कोवळी होऊन जातात. राग व्यक्त करण्याचे...

राग घालवण्याचे...

निसर्गाचे विभ्रम किती साधे, सोपे, सरळ!

निसर्ग अबोल आहे. अबोलपणे जगतो व खूप शिकवतो.

भूतकाळातून भविष्यात पाऊल रोवण्याचे बळ देतो. निर्मितीचा आनंद देतो.

जे पेरतो... तेच रुजवतो, हे समजले की चांगले ते पेरण्याचाच ध्यास लागतो.

अंगणातली केळबाई व्यायल्यावर घड लोंबू लागतो आणि माडांचे बुंधे मातीतून बाहेर निघून जाडे होताना दिसतात. ते फक्त पाहण्यातच किती आनंद असतो. लांबलचक हिरव्या पानांआड केळ पोटुशी कधी राहिली... ते कोडे मनात जागते.

केव्हा?

जेव्हा रातराणी फुलली होती तेव्हा?

की अबोली पिशी होऊन, भावविभोर झाली तेव्हा? केळीचे रहस्य तिचे तीच जाणते. अंगावरच्या घडाला आणि कडेच्या बछड्यांना सावरत लेकुरवाळी केळ अंगणात उभी आहे. उजाड असणारे अंगण आता एक कुटुंब बनलेले असते. समंजसपणे सारे उभे असतात. पानांनी विंझणवारा घालत असतात.

भूतकाळावर मात करून... भविष्य फुलत असते.

मधचुरख्या, बुलबुल, मैना गात असतात.

हे पुन्हा गुंतणे तर नव्हे? मन आता सावध असते. गुंतणे? अंहं.

या सर्व पानांना नुसता स्पर्श केला तर जाणवते, ते चराचराला व्यापून असणारे अमूर्त चैतन्य. केळीच्या पानांवरून टपकणारे दवबिंदू. पांढऱ्या गुलाबी, जास्वंदीच्या मीलनाचा लव्हेंडर रंग... जमिनीतून उगवलेले रानकमळ आणि सुगंधाचे फवारे उडवणारी जाई, जुई, सायली, मधुमालती, पारिजात... या सर्वांना पाहणारा...

अखंड पाने गाळणारा अन् फुलणारा... स्थितप्रज्ञ पिंपळ... त्याची अखंड सळसळ.

आणि या सर्वांच्या साक्षीने मनाला फुटणारे धुमारे... हे गुंतणे नव्हेच...

तर हेच असते जगणे. धुमारे फुटून पुन्हा जगणे. निसर्गाचाच एक अंश बनून. हे धुमारे आपले स्वतःचे असतात. आतून, बहरून, फुटलेले धुमारे.

नव्या जाणिवांचे धुमारे.

नव्या आनंदाचे.

हा आनंद आपला असतो. फक्त आपला. ज्या अंगणात उभी असते. तिथेच भूतकाळाचा निचरा झालेला असतो. नवीन माती खणून काढलेली असते आणि त्यावर उभी केलेली असतात, निसर्गाची ही अनोखी दाने.

ती दाने आकार घेतात आणि पुन्हा फुटतात. धुमारे... फक्त आपल्यासाठीच!

◆

■ पालखी

कोजागरीचे टिपूर चांदणे साऱ्या मंदिर परिसरात पडलेले होते. मंदिराचा कळस चांदण्यात चमकत होता. आजूबाजूची सारी घरे, झाडे, चांदण्याच्या दुधी रंगात माखून निघाली होती.

कोजागरीची पालखी भजनाच्या, सनई-चौघड्यांच्या गजरात नुकतीच प्राकाराला प्रदक्षिणा घालून आली होती. आज फुलांनी शृंगारलेल्या सुखासनात महालक्ष्मीची मूर्ती विराजमान झाली होती. फुलांचीच मेघडंबरी आणि फुलांचीच वस्त्रप्रावरणे ल्यालेली महालक्ष्मी कोजागरीच्या चांदण्यारात्री अधिकच सात्त्विक दिसे. तिचे दर्शन घेण्यासाठी साऱ्या गोव्यामधून भक्त गोळा होत असत. फोंडा तालुका मोठ्या शहरांच्या मध्यवर्ती ठिकाणी व आजकाल बसेस, मोटारी, दुचाकी साऱ्या सोयी होत्या. पूर्वीसारखी आता घनदाट जंगले नव्हती. नद्यांवर, वाहाळांवर आता पूल होते. साकव होते. येणे-जाणे सोपे झाले होते.

शेवटचे भजन संपले. सुखासनाने गरुडखांबाला वळसा घातला. काळ्याभोर दीपमाळेजवळच एक लहानशी घुमटी होती. घुमटीमधल्या दोन्ही शिवलिंगांजवळून पालखी गेली. फुलांच्या वासाने घुमटी भरून गेली. ऐन पौर्णिमेच्या रात्री, देवीच्या अंगावर वाहिलेल्या, मेघडंबरीला आणि सुखासनाला, झुलणाऱ्या जाईच्या फुलांचा गंध, त्या घुमटीत पोचला आणि शिवलिंगावरचे तांबडेलाल दसणीचे फूल टपकन खाली पडले. सांजदिवा लावतानाच आज निळूभटाने ते दसणीचे फूल शिवलिंगावर ठेवले होते आणि ठेवतानाच ते फूल तांब्याच्या पंचपात्राच्या पाण्यातून बुडवून ठेवले होते. ती दोन शिवलिंगे नव्हती, तर शिवलिंगाच्या आकाराचे दोन दगड होते.

सप्तो आणि फटो या दोघांच्या नावांची स्मृती म्हणजे ती दोन लिंगे.

देवीची पालखी जवळून गेली आणि घुमटीतल्या सप्तो-फटोच्या दगडी पिंडीवरचे दसणीचे फूल थरथरत खालच्या तबकात पडले आणि ओल्या फुलावरचे पाणी, शिवलिंगाकार अशा त्या दोन दगडांवरून ठिबकत राहिले. दोन डोळ्यांतून वाहणाऱ्या अश्रुधारेप्रमाणे...

पार्वतीपते हरहर महादेव ही ललकारी झाली. सुखासनातली मूर्ती मंदिरातल्या देवीच्या शेजघरात ठेवली गेली. आरती सुरू झाली. टाळ, मृदंग, झांज, तबला, पेटी, सनई-चौघड्यांचे सूर मंदिरातून ऐकू येऊ लागले. चांदण्यासाठी डोंगरावरची झाडे, बांधावरचे माड, तळीचे पाणी साऱ्यांवर चांदणचुरा पसरून राहिलेला होता. देवीच्या मंदिरातले आरतीचे व पंचवाद्यांचे सूर झाडापानांवर रेंगाळत होते. मंदिरालगतच थोड्या उंचावर, डोंगराच्या पायथ्याशी ब्रह्माचा पार होता. तिथला पिंपळ आपल्या पानांची सळसळ थांबवून, तो सुंदर क्षण पिऊन घेत होता. 'को जागर्ती? को जागर्ती?'

आजसुद्धा भर मध्यरात्रीला तो आवाज ऐकू येणार होता.

'को जागर्ती?'

ब्रह्माच्या पारावरच्या पिंपळाला माहिती होते की, तो आवाज कुणीच ऐकणार नव्हते. त्या ऐन मध्यरात्री फक्त तो जागा असणार होता आणि त्याच्या मोठाल्या बुंध्यात वर्षभर सुस्तावून झोपणारा, तो वृद्ध नागसर्पसुद्धा आजचा तो 'को जागर्ती'चा आवाज ऐकण्यासाठी थोड्या वेळाने ढोलीतून बाहेर येणार होता. सुगंधाने निथळणाऱ्या त्याच्या थंडगार, केसाळ शरीराचा स्पर्श आठवून पिंपळ शहारला, त्याची पाने किंचित थरथरली, त्याला देवीसमोरच्या घुमटीमधले, दोन दगडच बनून राहिलेले ते दोघे आठवले. सप्तो आणि फटो.

ब्रह्माचा पिंपळ त्यांना केव्हापासूनच ओळखत होता. केव्हा बरं? ही ओळख खूपच जुनी होती. जेव्हा सप्तो आणि फटो असे समाधीचे दगड बनले नव्हते. आणि त्या वेळी तो स्वतःसुद्धा असा भरदार खोडाचा पिंपळ नव्हता. त्याच्या सभोवती असा दगडी पार नव्हता की नागराजाची दगडी मूर्ती असणारी ही देवळीसुद्धा तिथे नव्हती, कशी असणार? तो स्वतःच त्या वेळी तरुण वय अनुभवणारा एक पिंपळ होता. कोवळी पाने त्याच्या अंगभर पालवली होती. या गोष्टीला साडेतीनशे वर्षे होऊन गेली होती. त्या वेळी आजूबाजूला घनदाट जंगले होती. रात्री-अपरात्री वाघांच्या डरकाळ्या ऐकू येत. मध्यरात्री कटामगाळीच्या देवचाराच्या पावलांचा धम्म धम्म आवाज ऐकू यायचा. त्याच्या हातातल्या पलित्याचा उजेडच दिवलीसारखा उंच डोंगरावरून जाताना दिसायचा.

अशा दिवसांतल्या एका रात्री तरणेबांड सप्तो, फटो पिंपळालगतच्या उंचवट्यावर

येऊन उभे राहून जवळचा परिसर पाहत होते. काळ्या रंगाचे उंच, भरदार बांध्याचे, सप्तो, फटो बोलत होते. ते ऐकून पिंपळ भीतीने थरथरून गेला होता. जे ऐकत होता ते सारे नवलाईचे होते. देवाने निर्माण केलेल्या, त्या स्वर्गतुल्य अशा वातावरणात हे सर्व बोलणे तर त्याला खूप विसंगत वाटले होते.

गोवा बेटावर कुणी गोरे उतरले होते. पांढरे झगे घातलेले, पांढऱ्या रंगाचे जेजुइट पाद्री, गोवा बेटामधल्या, गावामधल्या झोपडीत राहणाऱ्या साध्या गरीब माणसांना छळत होते. धर्मांतरे लादत होते. त्यांची मंदिरे नष्ट करत होते. जवळजवळ दोनशे मंदिरे त्यांनी नष्ट करून टाकली होती. बिचारी, गरीब माणसे त्या गोऱ्यांचा प्रतिकार करू शकत नव्हती.

गोवा बेटाजवळच साष्टी होते. धर्मप्रसाराचा कैफ चढलेले पाद्री, साष्टी तालुक्यामधल्या कुट्टाळ गावी आरमाराच्या मदतीने पोचण्यापूर्वीच, त्या गावच्या लोकांनी, त्यांचे पुरातन दैवत असे शिवलिंग श्री मंगेश रातोरात फोंड्यातील अंत्रूज महालामधल्या प्रियोळ या गावी आणले होते. आता त्या सर्वांना कोलव्याच्या महालक्ष्मीच्या मंदिराची धास्ती पडली होती. त्या महालक्ष्मी मूर्तीलासुद्धा कोलव्याहून त्वरित हालवायला हवे होते. कोलवा आणि अंत्रूज महालामधले हे बांदिवडे गाव-यामध्ये घनदाट जंगले होती. रासई नदी होती. दुर्भाटची खाडी होती. ते सारे पार करून देवीची मूर्ती बांदिवड्याला पोचवण्याचे काम सप्तो आणि फटो या दोन भक्तांवर गावाने सोपवले होते. कोळी जमातीत जन्म घेतलेले सप्तो, फटो दोघेही वृत्तीने साधू होते. देवीचे परमभक्त होते. त्यांनी हे काम आनंदाने स्वीकारले होते. धोतराचा काचा घातलेले, डोकीला मुंडाशासारखा पंचा गुंडाळलेले तरणेबांड सप्तो, फटो त्या जीर्ण पिंपळवृक्षाला आजही स्पष्ट आठवत होते. पण या परिसराची पाहणी करण्यासाठी ते पहिल्यांदा त्या ठिकाणी आले. त्या रात्री अशी पौर्णिमा नव्हती तर काळ्याभोर अंधाराची ती रात्र होती. ब्रह्माच्या पारावरच्या पिंपळवृक्षाला ती स्पष्ट आठवत होती.

ती रात्र ब्रह्मपिंपळाला आठवत होती. तशीच त्याच्या जाडसर खोडात राहणाऱ्या नागसर्पालाही! त्या रात्री सप्तो-फटोचे बोलणे पिंपळासारखेच त्यानेपण ऐकले होतेच आणि त्याच्या काळपट पिवळ्या त्वचेवरचे केस उभे राहिले होते. त्यानेही यापूर्वी असे कधी अमंगल ऐकले नव्हतेच. देवांनी निर्माण केलेल्या या देवभूमीत त्याचा जन्म अस्सल नागकुलात झाला होता. या प्रदेशात फक्त डोंगर होते आणि त्यांवर काळीभोर झाडी होती. मधून मधून थंड पाण्याची जलाशये होती. रानजाई, ओवळी, सुरंगी यांची सुगंधी झाडे होती. मधून मधून शंकासुराचे, पोंगऱ्यांचे लालभडक तुरे मिरवणारी किंवा शेंगांमधून भुरभुरता कापूस हवेत सोडणारी, सावरीची उंच झाडे होती. रुंद पानांच्या चवऱ्या ढाळणारी सायलीची बने होती.

अशा त्या नंदनवनाच्या प्रदेशात नागसर्प आनंदाने राहत होता. वर्षे पुढे सरत होती. वय चढत होते. तसे अंगावरचे केस अधिकच दाट होत चालले होते. आपल्या शरीराला येणारा एक आगळा सुगंध त्याचा त्यालाच मोहवत होता. कधीतरी तो कटामगाळीत जायचा, तेव्हा रात्रभर त्या परिसराची राखण करणारा देवचार एखाद्या झाडाच्या जाळीत आड पडलेला दिसायचा. नागसर्पाच्या शरीराचा सुगंध त्याच्या मोठाल्या नागपुडीतून आत शिरला की तो सुखावून कूस पलटे, त्याच्या अजस्र पायाखालच्या रानजाळीत विसावलेला ससा धडपडत बाहेर पडे. नागसर्पाच्या अचूक आडवा येई. किती सुंदर होते ते दिवस? प्रत्यक्ष देवाची वस्ती असणाऱ्या या प्रदेशात जगणे, किती सुखाचे होते! पण त्या रात्री काळ्याकभिन्न काळोखात, ब्रह्मपिंपळाजवळ उभे राहून ते दोघे काळे उंच, धिप्पाड, सप्तो-फटो जे बोलत होते ते सारे किती भयानक होते?

साक्षात देवांशी वैर ज्यांनी घेतलेले होते, ती माणसे गोरी असली म्हणून काय झाले? देवांपेक्षा श्रेष्ठ थोडीच असणार होती? मर्त्य मानव होते ते! देवांनी निर्माण केलेले आणि मरणाचा शाप असलेले! मग त्यांनी देवाशी असे वैर का घ्यावे? त्यात त्यांना यश थोडेच येणार?

'सत्यनाश होईल त्यांचा.

ही भूमी त्यांना कधीच लाभणार नाही.'

सप्तो-फटोचे बोलणे ऐकता ऐकतानाच नागसर्पाने मोठ्या उःश्वासाने एक शाप दिला. ती रात्र त्याला आजही आठवत होती. त्यानंतर अनेक अनेक रात्री सरल्या. अनेकदा कोजागरीच्या रात्रीही आल्या आणि गेल्या. तशीच आजची कोजागरीची रात्र! आता थोड्याच वेळात,

'को जागर्ती?'

हा दिव्य आवाज, अवकाशातून ऐकू येणार होता.

'को जागर्ती?'

हा प्रश्नच किती महत्त्वाचा! जन्मापासून मरणापर्यंतचा हा सारा प्रवास, जीवमात्राने जागेपणी, जागे राहूनच करायला हवा आहे.

मी कोण?

मी कुठे चाललो आहे?

मला काय हवे आहे?

हे सारे प्रश्न या प्रवासात माणसाने विसरू नयेत. ते प्रश्न माणसाचे भान जागे ठेवतात. नागसर्प ढोलीतून बाहेर येत होता. सोडवता सोडवता त्याच्या शरीराच्या वळशांनी सारा ब्रह्मपिंपळ लपेटून गेला. ढोलीच्या उबदार हवेतून बाहेरच्या मोकळ्या हवेत त्याचा जीव सुखावला. पिंपळखोडाचा खरखरीत स्पर्श हवासा वाटला. तो

ब्रह्मपिंपळही आता पूर्वीसारखा कोवळा उरलेला नव्हता. त्याचे खोड विस्तारले होते. अधिक टणक झाले होते. त्याच्या अंगावर सात-आठ जातींची उपरी झाडे उगवली होती. साडेतीनशे वर्षांच्या ब्रह्मपिंपळाला त्यांच्या कोवळ्या फांद्या उपऱ्या वाटत नव्हत्या. उलट, आपला जीर्ण प्राणरस त्यांना पाजवून, तो मायेने ती बांडगुळे वाढवत होता, हे नागसर्प जाणून होता.

कोजागरीची रात्र ऐन भरात होती. नागसर्प ब्रह्मपिंपळाला लपेटून, त्या दिव्य आवाजाची वाट पाहत होता. त्याचा सुगंध ब्रह्मपिंपळाला भारावून टाकत होता. जडावलेल्या, धुंद नजरेने ते दोघे सप्तो-फटोच्या घुमटीकडे पाहत होते.

सप्तो-फटो

समाधीचे दोन दगडच खरे! पण ती तर समाधी! ती समाधी माणसांनी बांधलेली. पण त्यामधल्या आत्म्यांना माणसे कशी बांधणार?

आत्मा!

तो तर अविनाशी, नित्य.

आणि जे आत्मे, मुक्ती पावतात ते तर साक्षात परमेश्वररूपात विलीन होतात. फार थोड्या आत्म्यांना हे भाग्य लाभते. ज्यांना हे भाग्य लाभते ते आत्मे पुण्यवंतांचे असतात. त्यांनी भक्तीची पालखी पाहिलेली असते. सप्तो-फटो साक्षात पुण्यवान भक्त होते. आज सुखासनावरून महालक्ष्मी मिरवून मंदिरात गेली होती. प्रत्येक शुक्रवारी चतुर्दशी अष्टमीला ती चांदीच्या पालखीतून मिरवत होती. कधी उंच रथावर आरूढ होत होती. कधी, रथाच्या घुमटाला कागदाच्या घुड्या सजवून त्यांमधून नागेश बाप्पा मिरवत होता, तर कधी मंदिरालगतच्या तळीत दीपरत्नांच्या राशीत, देवी नौकेतून विहार करत होती. भजने, गोपाळकाले, नाटके, धालो, फुगड्या, नरकासुर, शिमग्याचे ढोलांचे कटडर घम्चे पडघम, वीरभद्र... सारे सारे या परिसरात सुरू झाले होते हे खरे...

पण या महालक्ष्मीची पहिली पालखी ज्या भोयांनी कोलव्याहून ज्या चपळाईने रातोरात इथवर पोचवली, ते दोघे वीर... सप्तो... फटो.

देवीच्या आशीर्वादाने ते पुण्यात्मे, आज मुक्तात्मे बनले होते. देवीच्या दीपमाळेजवळच त्यांची घुमटी होती. घुमटीत त्यांच्या नावाचे लिंगाकार असे दोन दगड होते. समाधीचे दगड- तसे दगडच... खरेतर...

''देवी अशा जागी आम्हाला पोचव, जिथून रोज तुझं दर्शन घडेल. या परिसरातली तुझी पूजाअर्चा, तुझं भजन, पूजन ऐकतच राहण्याचं भाग्य दे.''

सप्तो-फटोवर कृपावंत होऊन देवीने आशीर्वाद दिला होता.

'तथास्तु'

हे मंदिर, पूजाअर्चा, भक्तगण, भजन, कीर्तन, हे गाव. गावाला देवीच्या

वास्तव्याने लाभलेले पावित्र्य, सुसंस्कृत जगण्याची, गावाला लाभलेली दिशा. साऱ्यांचे मूळ कारण होते, सप्तो-फटो.

ज्यांनी भोई बनून कावडीतून देवीची पंचधातूची मूर्ती कोलव्याहून रातोरात इथवर आणली. ब्रह्मपिंपळ आणि नागसर्प जडावलेल्या नजरेने सप्तो-फटोच्या घुमटीकडे पाहत होते. सप्तो आणि फटो वर्षभर त्या समाधीच्या ठिकाणातूनच देवीचे दर्शन घेत, तिच्या उष्टावलेल्या नैवेद्याने तृप्त होत.

मंदिरामधला भट नित्यनेमाने त्यांची पूजा करे. सप्तो-फटोंचे जातवाले, अभिमानाने त्या समाधीचे दर्शन घेत. 'त्यांनी प्राणांची बाजी लावून, ते धाडस केले म्हणून तर देवी सुखरूप इथवर पोचली होती आणि ते काम कुणा भटा-बामणाला थोडेच जमणार होते? भटांना वेद, उपनिषदे, दशग्रंथ पाठ असतात; बामण मंडळी हिशेब, व्यापार भाटे, कुळागरे सांभाळण्यात हुशार असतात खरी; पण अशी धाडसाची कामे करावीत तर आम्ही फट्टे लोकांनीच! खवळलेल्या सागरात वाऱ्याशी झुंजत, सागराच्या पोटातली, मोतियाळी, कापसाळी जाळ्यांत ओढणारी आमची जात... आणि त्या सप्तोबाब आणि फटोबाबचे आम्ही वंशज.'

या अभिमानाने सप्तो-फटोच्या जातीचे लोक आपल्या लेकी-सुनांसह समाधीचे दर्शन घेताना पाहून समाधीचे दगड आतल्या आत गहिवरून जात.

कोजागरीची पालखी नुकतीच मंदिरात गेली होती. देवीच्या आरतीचे, भजनांचे सूर थांबले होते. तुऱ्याची पावणी झाली होती. नैवेद्याचे द्रोण वाटले होते. देवीच्या नैवेद्याचा उष्टा द्रोण समाधीवर आणून ठेवला होता.

समाधीआडच्या सप्तो-फटोंना मात्र कोलवे गाव आठवत होते. समुद्रकिनाऱ्यावर वसलेले कोलवे गाव! समुद्राचा खारा वारा अंगावर घेत, समुद्राची गाज अखंड ऐकत त्या गावात सप्तो-फटो मोठे होत होते. पण त्या दोघांना मात्र मच्छीमारीसाठी सागराशी झुंजण्यापेक्षा एक वेगळेच वेड लागले होते. उधाणलेल्या सागरात होडी लोटण्याच्या बेहोश कैफापेक्षा, त्यांना कोलवे गावातल्या लहानशा मंदिरातल्या काळोखात, लामणदिव्यांच्या प्रकाशात, पंचधातूंनी बनवलेली महालक्ष्मी... आणि तिच्या चेहऱ्यावरचे अष्टसात्त्विक भाव पाहणे अधिक आवडे. तिच्या भक्तीत ते रंगून जात आणि भजनात आवाज टिपेला भिडे. त्यामधली आर्तता ऐकणाऱ्याच्या काळजाला भिडे. म्हणूनच तर देवस्थानच्या महाजनांचे, भटमंडळींचे लक्ष दोघांकडे गेले, त्यांनी जे काम त्या दोघांवर सोपवले ते ऐकून नेमकी कोणती भावना मनात जागी झाली होती?

प्राणप्रिय अशी देवी महालक्ष्मी, कोलवे गावातून परगावी जाणार म्हणून मन कासावीस झाले होते. जे कुणी गोरे परकीय, गोवा बेटात आक्रमण करून गरीब माणसांवर सक्तीने धर्म लादत होते, हिंदूंची मंदिरे फोडत होते, त्यांच्याबद्दलचा

अंगार साऱ्या धमन्यांतून प्रवाहित होत होता. आपला रक्षणकर्ता कुणीही नसावा? या विचाराने मनात विषाद भरून गेला होता आणि त्यानंतर प्राणांची बाजी लावून रातोरात देवीची कावड अंत्रुज महालामधल्या हिंदूंच्या राज्यांत, बांदिवड्याला नेण्याचा, मनोमन निर्धारही झाला होता. त्यासाठी, डोंगरपायथ्याच्या उंचावरच्या एका जागेवरून, मूर्तीची प्रतिष्ठापनेची जागा हेरून ठेवली होती. तिथल्या एका पिंपळाच्या साक्षीने, देवीला तिथवर सुखरूप आणायची शपथ सप्तो-फटोने घेतली होती.

साडेतीनशे वर्षे होऊन गेली. त्या वेळचे तरुण असे सप्तो-फटो, आता समाधीचे शिलालेख बनून गेले होते. पण आत्मे मात्र मुक्त झाले होते. त्या आत्म्यांना ते सारे काही काल घडल्यासारखे आजही आठवत होते. आज हा परिसर सर्वार्थाने फुलला होता. या परिसरात वास्तव्य करणाऱ्यांना देवीने संपन्न केले होते, ती स्वतःच या वास्तूत शांत, वत्सल बनली होती.

त्या काळोख्या रात्री, एका मजबूत खांबाला दोन पेटारे, कावडीसारखे बांधले होते. एका पेटाऱ्यात ती पंचधातूची महालक्ष्मीची मूर्ती होती. दुसऱ्या पेटाऱ्यात तिचे जडजवाहीर, शालू, पैठण्या, पूजेची उपकरणी होती. त्या घनदाट जंगलातून, आडवाटेने काटेकुटे तुडवत, अनवाणी पावलांनी सप्तो-फटो धावत चालले होते. रानजाळ्या तोडत, डोंगर पार करत, जिवाच्या कराराने आपण दिलेले वचन पूर्ण करण्यासाठी कावडीचा खांब खांद्यावर घेऊन ते दोघे धावत होते. आडवाटेचा रस्ता धरून त्यांनी आपल्या देवीची कावड उचलली होती. हे काम कुणा भटा-बामणाचे नव्हते... त्यासाठी समर्थ बाहू, बळकट पावले आणि तटतटीत फुगलेल्या छातीचे सप्तो-फटोच हवे होते.

मध्येच पाण्याने भरलेली नदी आडवी आली पण सप्तो-फटोने नावाड्यांच्या पाया पडून ऐन काळोखात होड्या पाण्यात घातल्या होत्या. पेटीतल्या देवमूर्तीपुढे नम्र होऊन नदीप्रवाहाचा वेगच कमी झाला होता. पहाटेची सूर्यकिरणे जमिनीवर उतरायच्या आतच सप्तो-फटोंनी दुर्भाटची खाडी पार केली आणि अंत्रुज महालातल्या हिंदू राज्यात ते पोचले, तिथे लागणाऱ्या तळावली या गावी देवीची कावड पोचेपर्यंत सप्तो-फटोंना भान नव्हतेच कशाचेही!

एखाद्या यंत्राप्रमाणे पाय धावत होते. खांद्यावरचा दणकट खांब हातांनी सावरून धरला होता. रात्रीच्या अंधाराचा ठाव घेऊन, धावणारे डोळे रक्तासारखे तांबडेलाल झाले होते. छातीचा भाता वरखाली होत होता.

कावड तळावली गावामधल्या एका प्रशस्त जागी ठेवून, सप्तो-फटो जमिनीवर निपचित आडवे पडले. पहाटेच्या कोमल स्पर्शाने ते दोघे जागे झाले होते आणि दचकून उठून बसले. साक्षात महालक्ष्मी त्यांच्यासमोर प्रसन्न स्मित करत उभी होती,

कोलव्याच्या मंदिरामधली मूर्तीच त्यांच्यासमोर साक्षात उभी होती, भान हरपून त्यांनी तिला लोटांगण घातलं.

"देवी गाव सोडून इथे दूर आलीस पण इथे तुझं रोज दर्शन होईल अशा जागेवर पोचव. तुझं दर्शन नसेल, तर जगणार कसे?"

स्वत:ला तिच्या पायांवर घालून घेत ते पुन:पुन्हा विनवत होते. डोळ्यांतल्या वाहत्या आसवांना खळ नव्हता.

आपल्या पावलांची जिवंत खूण तळावली गावी ठेवून महालक्ष्मी बांदिवडे गावी विराजमान झाली आणि कालांतराने या घुमटीत सप्तो-फटोंचे, शिवलिंगाकार दोन दगडही स्थापन झाले.

भक्तिरसाची कावड वाहणाऱ्या अठरापगड जातीच्या संत नामावलीत सप्तो-फटो सामील झाले. देवीचे दर्शन, पूजन, नामस्मरण करता करतानाच मुक्तात्मेच बनले. समाधीच्या दगडांना बंधन होते. पण सप्तो-फटोच्या आत्म्यांना मात्र नव्हते.

कोजागरीची मध्यरात्र झाली होती. जडावलेल्या ब्रह्मपिंपळाला सुगंधी नागसर्पाचा विळखा पडलेला होता. त्या पिंपळपारावरच सप्तो-फटोचे आत्मेही आता पोचले होते. ब्रह्मपिंपळ, नागसर्प आणि सप्तो-फटो सर्वांचे श्वास संथ लयीत सुरू होते. देहाचे कान झाले होते.

कोणत्याही क्षणी ती अद्भुत वाणी ऐकू येणार होती, 'को जागर्ती... को जागर्ती...' ती वाणी ऐकण्यासाठीच तर साऱ्या जन्माची साधना सुरू होती.

त्या चौघांची! सफल साधना.

◆

जल्लोश

गोव्यामधल्या कोणत्याही ग्रामीण भागात आजही काही जागा अशा आहेत की जिथे नीरव शांतता दिवसरात्र नांदत असते. दाट कुळागरे मधूनच उंच उंच रानझाडे यांच्या आडोशाने इथल्या जमिनीवर फार थोडा वेळ ऊन उतरलेले असते. या भागात उन्हाने तडकलेली माळराने फार थोडी आहेत पण थंडगार माडी पोफळीच्या वनांमधली जमीन, गारव्याने अधिकच ऐसपैस सुस्तावलेली आढळते, या अशा कुळागरांच्या आणि भाटावेसांच्या जोडीला व डोंगरपायथ्याशीच इथली गावे वसलेली आहेत. गावे म्हणावी की वाडी? अशा मधल्या अवस्थेत या गावांची रचना! ऐसपैस अंगण, परसदार, सारवून चोपून गुळगुळीत केलेली जमीन, मधोमध तुळशीवृंदावन किंवा एखादा क्रूस, त्यासमोर तिनीसांजेला जळणारी पणती किंवा मेणबत्ती. बाहेरच्या खुर्चीवजा बलकांवावर, मुटुमुटु डोळ्यांनी गावाकडे बघणारे एखादे म्हातारे खोड बसलेले... असेच सर्वसामान्यपणे गावाचे चित्र दिसते. प्रिंटेड साडी नेसून, माथ्यात भरघोस गजरा माळून घरची मालकीण परसदार ते अंगणात वावरत असते. कित्येक वर्षांपासून गोव्यामधली ही गावे अशीच– शांत, सुस्त गाढ झोपेतली.

घाटावरच्या ग्रामीण भागामधली, मोटेची ललकारी, गोफणगुंड्यांच्या हाका, बैलगाडीच्या चाकांचा, बैलांच्या घुंगुरमाळांचा लयबद्ध आवाज, पाणवठ्यावर जाणाऱ्या जोडव्यांचा आवाज, जात्यांची घरघर, त्यांत मिसळलेली ओवी, वासुदेवाची गाणी, भाकरी थापण्याचे आवाज... हे असले आवाज आणि वातावरण या भागात कधीच आढळणार नाही. आज नाही. पूर्वीही नव्हते, या भागातून खरेतर फक्त

पाखरांचे आवाज ऐकू यायला हवे आहेत. दाट झाडीत रात्रभर विसावलेली पाखरे, पहाटे जागी व्हावीत आणि त्यांनी उषासूक्ते आळवावीत. खळखळत वाहणारे निर्झर त्यांना साथ देत असावेत. बस्स! इतकाच आवाज असायला हवा आहे. या ग्रामीण परिसरातून कधी काळी असंच वातावरण असेलही. कदाचित रात्री वाघांचे गुरगुरणे ऐकू येत असेल. क्वचित कोल्हेकुई, पहाटे मंदिर अगर चर्चमधल्या घंटांचे आवाज. इतकेच! कारण इथे निसर्ग विपुल रंगाढंगात पसरलेला आहे. डोंगरदऱ्या, टेकड्या सारे कसे भरगच्च! मधून मधून भाताची खाचरे, बांधावरचे माड, पूल... यामधून वाहणारे ओढे... समुद्र, नद्या, खाडी...

या सर्वांच्या मानाने माणसे खूपच कमी. म्हणूनच शांतता अधिक व आवाज कमी असे प्रमाण कधी काळी नक्कीच असणार होते. पण आज मात्र असे प्रमाण नाही... तरी अगदीच विसंगत असा माणसाचा आवाज, इतक्या प्रमाणात आज वाढला आहे की, या आवाजासमोर निसर्ग मूक झाला आहे. पाखरांचे आवाज फार थोडे ऐकू येतात. पहाटे कधीतरी... कधीतरी कोंबड्याची बांग ऐकू येते... आणि त्यानंतर मात्र या शांत ग्रामीण भागात, आवाजच आवाज आणि आवाजांचे जल्लोशच सुरू होतात. इतके आवाज, की मूळची मौन झाडे जास्ती मुकी वाटतात आणि हे सर्व आवाज ऐकून, पाखरांचे गाणे कंठांतच थिजावे.

खेडी आकाराने तशीच. कुणीही गोयंकार, आपली घराची, भाटाची सीमा एक तसूभर मागे घेत नाही, की तसूभर पुढे सरकत नाही. आपल्या जागेवर तो घट्ट ठामपणे उभा असतो. जसे घर तसा माणूस. इथला माणूसही आपले विचार रीतीरिवाज यांच्याशी ठाम उभा आहे. त्यात बदल करेलही, पण जर त्याचा फायदा असेल तरच! खेडी पूर्वीसारखीच आणि माणसेही... मग या नीरव शांततेत आवाज कशाचे?

तर माणसाचे जीवनमान बदलले. परकीय राजवटीत नोकरी करणाऱ्यांचा एक वर्ग होता. सारस्वत समाज अग्रेसर होता. हा वर्ग मुळात हुशार. चतुर आणि बुद्धिमानसुद्धा; तसाच गर्भश्रीमंत, रसिक व शांतताप्रियसुद्धा, हा वर्ग समाजावर वर्चस्व ठेवून होता. पण स्वातंत्र्य आले आणि बहुजन समाज खराखुरा स्वतंत्र झाला. तो परकीयांच्या जोखडातून तर मुक्त झालाच, पण भाटकारशाहीतूनही मुक्त झाला आणि या ग्रामीण भागातला आड पंचा, कासटी लावून राहणारा माणूस-त्याचा चेहरामोहराच बदलून गेला. मान ताठ झाली आणि अधिकाराने बोलण्याचा आवाज, प्रथमच झोपडीच्या कुडातून बाहेर आला. हक्क, अधिकार, कायदा, मतदानाची भाषा बोलू लागला. हात जोडून भाटकारासमोर उभा असणारा भाटकाराच्या नजरेला नजर भिडवून बोलू लागला. तारस्वरात धमकीची भाषा बोलू लागला. कोर्ट-कचेऱ्या करू लागला. राजकारण बोलू लागला. शांत शांत अशा

झोपड्या-वाड्या झोपेतून जाग्या झाल्या. काहीतरी नवीन मिळाल्याच्या आवेशात मोठ्याने बोलू लागल्या. आवाज... आवाज... आवाज. आणि शब्द... शब्दांचा जल्लोश सुरू झाला. गावामधली शांती नष्ट झाली. झाडे, पाखरे, मूक झाली.

भल्या पहाटेपासून ते मध्यरात्रीपर्यंत या डोंगरभागातल्या ग्रामीण भागात, मग फक्त आवाजच भरून गेले आणि शांततेचा आवाज कुठेतरी शोधावा इतकाच उरला. पूर्वी पहाटे मोठी घुंगुराची काठी, खळखळ करत पाव विकणारा पदेर, चित्रविचित्र पोशाख, टोपी घालून यायचा. पहाटेच्या साखरझोपेत तो आवाज किती गोड वाटायचा? त्यानंतरच पाखरे शिळा घालू लागायची. सकाळच्या वेळी, गावात आवाज हा इतकाच!

आता भल्या पहाटेपासून टेंपो, स्कूटरी, मोटारसायकलींचे आवाज सुरू होतात. जवळपासच्या एखाद्या शीतपेयांच्या फॅक्टरीचे भले मोठे ट्रक बाटल्यांचा खळखळ आवाज करत जायला सुरुवात होते. पणजी, मडगाव, वास्को, फोंडा या शहरांकडे नोकरदारांना नेणाऱ्या बसेस, भल्या पहाटे धावू लागल्या. गावामधले रिक्षावाले, पायलट भल्या सकाळी शहराच्या बसस्थानकांकडे घाईने जाऊ लागले. या आवाजांत पाखरांची गाणी कंठातच उरली. पदेराची घुंगराची काठी हरवली आणि पों पों आवाजाची सायकल चिरकत उंड्यांची टोपली वाहू लागली.

पूर्वीचे सुस्सेगाद जीवन संपले. घरची बाई, मुलगी, सून... घरच्या पुरुषाआधी बससाठी धावू लागली. नऊ-दहा वाजता पेटणारी चूल आता पहाटे जळू लागली. गॅस आला आणि कुकरची शिट्टी पण आली. शहरांत जाण्यासाठी माणसे लवकर उठू लागली. नामस्मरण, भूपाळी, ओवीऐवजी माणसे पहाटेपासून बोलू लागली. शब्द-फक्त शब्द. पैसा मिळवण्यासाठी वैभवाचे मनसुबे रचण्यासाठी पहाटेपासून आवाज सुरू झाले. मंदिराची घंटा उगीच किणकिणती... ऐकू न येणारी अशी! केविलवाणी झाली. भली मोठी मंदिरे, चर्चेस उभी आहेत वाटे-वाटेवर, पण आज या निवांत गावांच्या माणसांनासुद्धा पहाटे तिथे जाण्यासाठी वेळ नाही. कुळागरे शिपायला वेळ नाही की खाली पडलेल्या सुपाऱ्या, मुरटे गोळा करण्यात आज रस नाही. रस आहे तो फक्त पैशात व पैसे गोळा करण्यात- मग त्यासाठी नवे नोकरदार व या नोकरदारांच्या घरचे नवे नोकरदार असे सारे बोलू लागले. भांडू लागले. पैशांसाठी, हक्कांसाठी, घरांच्या, झाडापेडांच्या हक्कांसाठी, वारसाहक्कासाठी, मोठ्या आवाजात भांडू लागले आणि साम्राज्यच पसरले मग हक्कधारकांचे. त्यांचा आवाजच उंच.

आणि जबाबदारीने बोलणारे, जबाबदारी एक कर्तव्य समजून बोलणारे... जवळजवळ नाहीतच. म्हणून बोलणारे अधिक... म्हणूनही आवाजही फक्त!

शांततेलाही एक आवाज असतो आणि तो सूरही ऐकता येतो. भरपावसाळ्यात या सुराला एक लय असते. घरादारांवरून पाणी बरसत असते. झाडांची पाने, छपरे उंचावरून येणारा तो पाणलोट तोलत असतात आणि न तोलवल्यानंतर तो पाणलोट जमिनीवर पडतो... नंतर खळखळत धावू लागतो. या सर्वांना एक आवाज असतो. प्रत्येक आवाज, स्वतंत्र किंवा एकत्र, छान ऐकता येतो व भाग्यवंतांनाच ती सुरावट ऐकता येते. ती ऐकली की मग शब्द ऐकावे असे वाटतच नाही. शब्द उच्चारावे असे वाटत नाही. सृष्टीतून येणाऱ्या पाणलोटाचा झाडा-छपरांवर येणारा आवाज, पावसाच्या सरसर सरींचा आवाज ऐकला की, मन कसे नि:संग होऊन जाते. या ग्रामीण भागात सृष्टीचा आवाज ऐकू येतो तो फक्त पावसातच. आजूबाजूला दाट काळोखी वातावरण असते. आभाळही घनदाट काळे आणि मोठाल्या पाऊसधारा धडधडत खाली उतरत असाव्या. तो प्रमत्त आवेग आवरता आवरत नसतो. झाडे, पाने घुसळून निघत असतात. माणसांनी, पाखरांनी निवारा शोधलेला असतो. आजूबाजूला कुणीही नसते. या वेळीच फक्त... फक्त या ऋतूतच निसर्गाचे वेगवेगळे आवाज ऐकू येतात. या वेळी निसर्ग बोलत असतो. भिजता भिजता गात असतो. फुलत असतो.

या वेळी माणूस सुरक्षितता म्हणून घर गाठतो. गरजेपुरता बाहेर. गोयंकाराला थंडी, पाऊस सोसवत नाही. या वेळी तो जिवाला जपतो. आता घराघरांत रेडिओ, टी.व्ही. असतात. त्यांचे आवाज पावसाने घरांतच कोंदाटलेले असतात. कारण घराबाहेरचा निसर्ग तांडव घालत असतो. पावसाळ्यात फक्त पावसाचा आवाज ऐकणे फार सुखाचे; पण एकदा पाऊस संपला की माणसांचे ऋतू सुरू होतात. आवाजांचा मोसम सुरू होतो.

श्रावणधारा ओघळू लागल्या की माणसाला कंठ फुटतो. पावसाने आलेली मरगळ निघून, गोयंकार गाऊ लागतो. मंदिरांत भजनी सप्ताह सुरू होतात. श्रावणातही भजने रंगू लागतात. पावसात कशीबशी पालखीने प्राकारात प्रदक्षिणा घालून, देवतेला शेजघरात ठेवलेले असते. भरपावसात आरतीला येणाऱ्यांची रोडावलेली संख्या पुन्हा फुगू लागते. छत्री घेऊन का असेना. माणसे भजनांना, पालख्यांना, प्रसादाला हजेरी लावू लागतात. गाऊ लागतात. पावसाचा आवाज कमी होतो आणि माणसाचा आवाज वाढू लागतो. घराघरांतून माणसांचे, रेडिओ, टी.व्ही.चे, आजूबाजूच्या मंदिरामधल्या घंटांचे आवाज आता ऐकू येऊ लागतात. ऐतवार पुजण्यासाठी पत्री, दुर्वा गोळा करणाऱ्या षोडशांचे नवीनच आवाज सकाळचे ऐकू येतात. सोमवारी, शुक्रवारी मंदिराबाहेर मोटारी, स्कूटरींच्या आवाजात मंदिरांत देवदर्शनाला येणाऱ्यांची वर्दळ वाढत जाते. माणसे मूकपणे दर्शन घेतात. चर्चमध्ये मास-प्रेअर करतात. पण तेवढेच! ते झाले की बोलण्याचे आवाज सुरू. क्षणापूर्वी

मंदिर अगर चर्चमध्ये झालेली मनाची एकाग्रता, शांत-करुण अवस्था साधणारा व तो क्षण संपून, तीर्थ हातांवर घेऊन बाहेर येणारा माणूस... यांत इतका फरक कसा?

कीर्तन ऐकता ऐकता गजाली सुरू असतात आणि भजनाहून परत येताना, उद्योगधंद्याच्या व्यवहारी जगाने घेरलेले असते. माणूस बाह्य जगातच इतका व्यग्र असतो की शांत राहणे, मूक राहणे, मौन पाळणे, एकांतवास याचीच त्याला भीती वाटत असावी.

श्रावणात मोकळा झालेला माणसाचा कंठ, भाद्रपदात अधिकच मोकळा होतो. गणपती उत्सव हा या सर्व परिसराचा प्राणप्रिय उत्सव. त्यासाठी ऋण काढेल, पण सण साजरा होईलच.

आरास, दिव्यांची सजावट, कागदांची मखरे, देखावे यांमध्ये गणपतीची खोली म्हणजे एक रंगमंच बनतो. घरादाराला गणपती उत्सवाचा वास येतो. सारवलेल्या शेणाचा, जाया-जुयांचा, उदबत्तीचा, माटोळीला लटकणाऱ्या पिक्या फळांचा, फटाक्यांचा, मणगणे, रसाचा, पंचखाद्यांचा, पंचपक्वन्नांचा या साऱ्यांचा मिश्र गंधच भरून वाहत असतो आणि जोडीला माणसांचे आवाज. आनंदाने भरलेले, तृप्तीचे चैतन्यदायक आवाज.

कार्तिकात खरेतर दिवाळी सण मोठा पण इथे दिवाळीपेक्षा नरकासुर मोठा. प्रत्येक वाडीत एक मोठाला नरकासुर बनवत असतात. त्या आधी महिनाभर त्याची योजना सुरू असते. यंदा आपला नरकासुर वेगळा कसा करता येईल यावर युवकमंडळ विचार करत असते. नरकासुर तयार करणे, त्याला नटवणे, सजवणे, रंगवणे, ट्रकवर चढवणे, शहराशहरांतल्या स्पर्धेत त्याला एका रात्रीत नेणे. भल्या पहाटे पुन्हा गावाच्या शिवेवर आणून जाळणे... हा एक प्रचंड वेगवान प्रवाह असतो. त्यात सारे गाव पूर्ण ताकदीने उतरते व यांचा उत्साह वाढवणारा त्यांचाच आवाज सतत ऐकू येत असतो. जोडीला ढोल, ताशे, नगाऱ्यांचे आवाजही असतात. कार्तिक महिना हा आवाजांचा उत्सव बनतो.

पाठोपाठ एखाद्या नर्तकीसारखी नाजूक पावलं टाकत, अंगणात येते धाकटी दिवाळी! सारवलेले हिरवेगार अंगण, रांगोळ्यांनी सजलेले! पिवळे वस्त्र, हिरवी काकणे, फुलांचा साज लेवून, तुळस सजून उभी असते. वृंदावन नवीन रंगाने चमकत असते. सोजी, मणगण, खदखघाच्या केळवणाचे जेवण पार पडलेले असते. ऐन तीनसांजेला फोगोट्यांच्या जल्लोशात, शुभमंगल सावधानचा गजर घराघरांतून ऐकू येतो. सारे अंगण पणत्यांच्या शांत स्निग्ध प्रकाशधारांनी उजळून जाते.

गणपती उत्सव ते धाकटी दिवाळी यांमध्ये दसऱ्याचे अवसराचे ढोल,

नवरात्रांमधल्या रात्री जागरणांच्या व मखरांच्या आरतीचे चौघडे, कीर्तनकारांचे पेटी, तबला-चिपळ्यांचे आवाज... नवरात्रीनिमित्त कुलदैवतांचे दर्शन घेणाऱ्यांच्या वाहनांचे आवाज, जत्रांचा मोसम आला. पिपाण्यांचे, रथ ओढणाऱ्या भक्तांचे आवाज, नाताळात कार्निवलच्या समोरचा जल्लोश, चर्चचे घंटानाद, असे सारे आवाजच आवाज वातावरणात भरून असतात.

घरात काहीही मंगल कार्य असले, तर प्रथम स्पीकर व टेपरेकॉर्डर लागतो. हिंदी सिनेमागीते, नाट्यगीते, भजनाच्या टेप्स गाजत असतात. एखादी टॅक्सी, रिक्षा जरी चालू झाली, तरी चालू होण्यापूर्वीच आतमधला टेपरेकॉर्डर गायला लागतो. बॉबी, लक्ष्मी किंवा शर्मिला- कोणतीही खासगी बस असो त्यासोबत मोहरा ते कोहरापर्यंतची गाणी सुरू असतात. याशिवाय हाती ट्रान्झिस्टर किंवा टेपरेकॉर्डर घेऊन फिरणारे पर्यटक वेगळेच.

या सर्व जल्लोशात धालोंचे मांड, झिम्मा-फुगड्यांची उगीच मध्येच एक लकेर कारण वर्ष संपता संपता आवाजांचा बादशहा असा मोठा सण म्हणजे शिमगा. शिमगोत्सव हा उत्साहाला उधाण आलेला सण. वाडीवाडीतून, गावागावांतून 'घंच कटर घन'चे ढोलांचे पडघम घुमत राहतात. पूर्वी ढोल गळ्यात पेलवणारे जवान या पथकासोबत असत. पण आता भला मोठा ढोल हातगाडीवर ठेवला जातो आणि मेळे, गावातील घराघरांतून फिरत राहतात.

इथे एक वर्ष संपते. चैत्र पाडवा नवीन वर्षाची सुरुवात करतो हे खरं.

पण दिवस, रात्री, महिने, वर्षांच्या सोबत सतत प्रवास करत असतो... तो आवाज! खरेतर नादब्रह्म हीच खरी सुरुवात आहे व माणसाला त्याचाच ध्यास असायला हवा. तो खरा नादब्रह्म ऐकता येणे... यासाठीच आहे जीवनाचा सारा प्रवास. तो आवाज ऐकू येणे यातच जीवनाचे सार्थक व मुक्त अवस्था लाभणे हीच तर या प्रवासाची सांगता.

पण तो नादब्रह्म ऐकायला हवा असेल तर प्रथम हवी ती शांतचित्त अवस्था. मनातून कुठेतरी त्या आवाजाचा एक ध्यास!

शहरांत अशी शांतता नसणे हे स्वाभाविक; पण आता गच्च डोंगरझाडीत वसलेली ही खेडीसुद्धा शांत उरली नाहीत. तिथे शांततेचा सूर ऐकू न येता, ऐकू येत राहतो तो आवाजांचा जल्लोश! व तो अपरिहार्यपणे स्वीकारावाही लागतो. माणसाला बालपणापासून आवाजाचे आकर्षण असते आणि म्हणूनच कदाचित फक्त बोलण्यातच त्याचे आयुष्य सरते. शब्दांचे अनर्थ होऊ शकतात आणि मौनात शांती व परमसुख असते. हे समजूनसुद्धा आपण ऋषिमुनी होऊ शकत नाही. कारण शेवटी जगण्यासाठीच एक व्यवहार सांभाळावा लागतो. व्यवहारासाठी बोलावे लागते. आनंदी जगण्यासाठीच मग साऱ्या वाद्यांचे मेळे

जमवले जातात. यात माणसांचे आवाज मिसळतात. नैसर्गिक शांतता संपून शेवटी सुरू होतो, तो जल्लोश!

यामधून शांततेचा सूर शोधणे, ही प्रत्येकाच्या मगदुरानुसारची एक साधनाच असते. ज्याने त्याने आपल्या शक्तीनुसार तो सूर शोधावा. जपावा!

◆